'ஆனந்த விகடன்' வார இதழில் நாயகன் தொடரில் வெளியாகி பல இலட்சம் வாசகர்களை ஈர்த்த எழுத்து...

நாயகன்

# பெரியார்

அஜயன் பாலா

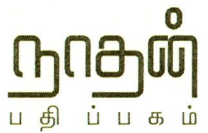

நாதன்
பதிப்பகம்

நாதன்
பதிப்பகம்

நாயகன் பெரியார் | ஆசிரியர்: அஜயன் பாலா © | நாதன் பதிப்பக முதல் பதிப்பு: நவ 2021 | நூல் வடிவமைப்பு: ஆர்.பிரகாஷ் | அட்டை வடிவமைப்பு: லார்க் பாஸ்கரன் | வெளியீடு: நாதன் பதிப்பகம், 16/10 பாஸ்கர் தெரு, நேரு நகர், தசரதபுரம், சாலிகிராமம், சென்னை 600 093 | தொடர்புக்கு: 98840 60274 email: nathanbooks03@gmail.com

விலை: ரூ 140 www.nathanbooks.com

ISBN : 978-81-972438-7-5

# ஆயிரத்திற்கொருவராக உயர்ந்து நிற்கிறார் அஜயன் பாலா!

கி.வீரமணி தலைவர், திராவிடர் கழகம்.

'ஆயிரம் ஆண்டெனும் மூதாட்டி அவள்
அணிந்திரா அணாயாவார்
அவர் அறிந்திராத அறிவாவாவர்'

- என்று புரச்சிக்கவிஞர் பாரதிதாசன் 'பச்சை அட்டை', 'குடியரசு' ஏட்டில் தந்தை பெரியாரைப் படம் பிடித்தார். ஆயிரம் ஆண்டுகள் வரலாற்றில் என்றும் வாராது வந்தவர் - கிடைக்காது கிடைத்த புதையல் தந்தை பெரியார் அவர்களைப் பற்றி எத்தனையோ பேர் எழுதியுள்ளார்கள்.

ஒவ்வொன்றும் ஒருவிதம். ஆனால் புரட்சி எழுத்தாளர் அஜயன் பாலா பெரியாரைப் பற்றி 'ஆனந்த விகடனில்' அவர் எழுதியது தனிச் சிறப்பு வாய்ந்த எழுத்தோவியம்!

முத்தமிழறிஞர் கலைஞர் அவர்கள் என்னிடம் இந்நூல் பற்றியும், எழுதிய இளைஞர் பற்றியும் கூறி மகிழ்ந்ததை இன்றும் அசைபோட்டுப் பார்க்கிறேன்.

இசையோடு கூடிய பாட்டாக இதயத்தில் ஒலிக்கிறது - காதுகளில் மட்டுமல்ல.

காணொலிகள் மூலம் அவர் தந்தது உலக இளைஞர்கள் பலரையும் ஈர்த்து, 'பெரியாரே பேராயுதம்' என்று உணரச் செய்தது.

அவர் தனது, 'நாதன் வெயிட்டகம்' மூலம் இந்த நூலை மீண்டும் பதிப்பித்துள்ளது தமிழ் கூறும் நல்லுலகின் பாராட்டைப் பெறுவது உறுதி!

எளிமை, இனிமை, வலிமை, வேக நடை - படிக்கப் படிக்க ஊக்கமும், உற்சாகமும் பொங்கும் 'எழுத்து ஆளர்' அவர்.

அவரது முயற்சி வெல்க! வாளின் வலிமையைத் தோற்கடிக்கும் இவரது போனாவின் ஆளுமை வளரட்டும்.

சமூக விழிப்புணர்வுக்கு சரியான ஆயுதமாக அவை பயன்படட்டும்.

*26.11.2021*

# கலைஞர் பாராட்டிய எழுத்து:

**எ**ன் வாழ்வை இரண்டாகப் பிரிக்க முடியுமென்றால் அது விகடனில் 'நாயகன்' தொடரில் இந்த நூல் தாங்கி நிற்கும் பெரியாரின் வாழ்க்கைத் தொடருக்கு முன், பின் எனக் குறிப்பிடலாம். அந்த அளவுக்கு பெரியார் என் வாழ்க்கையை தலைகீழாக புரட்டிப்போட்டவர்.

'நாயகன்' தொடரில் பெரியாரை எழுதுவதற்கு முன் நான் யாராக இருந்து, எந்த பார்வையில் எப்படி எழுதப்போகிறேன்? என்ற தயக்கம் எழுந்தது. இதுநாள் வரை பெரியாரை ஆதரிக்கும் அவரது இயக்கத்தைச் சேர்ந்தவர்கள், அவரை எதிர்க்கும் இன்னொரு குழு என எப்பவும் இருபிரிவினர் பெரியாரைப் பற்றி தொடர்ந்து எழுதி வருகின்றனர். நான் இதில் எந்தப் பிரிவும் இல்லாமல் ஒரு நடுநிலையாளனாகவே இந்தத் தொடரை எழுத ஆரம்பித்தேன்.

அவரால்தான் நானும், என் தலைமுறை இளைஞர்களும் முன்னேற்றத்துக்கான பாதையில் பயணித்தோம் என்ற சேதியை நன்கு உணர்ந்தவன், அறிந்தவன் என்ற முறையில்தான் என் அருகில் நிற்கும் ஒரு பெரும்பாறையை வியந்து பார்ப்பவனாக களப்பணி செய்யத்துவங்கினேன். அவரோடு வாழ்ந்தவர்கள் இயக்கத்தில் பணி செய்தவர்கள், அவர் வாழ்ந்த, இயங்கிய நிலப்பகுதிகள் என பலரை சந்தித்தும் பல இடங்களில் அலைந்தும் ஆய்வினை மேற்கொண்டேன். ஆய்வு செய்யச் செய்ய, என் அருகில் இருந்த பாறை மெல்ல மெல்ல உயிர்பெற்று, வளர்ந்து வளர்ந்து மரங்கல் செடிகள் தழைத்து வளர பல சிகரங்கள் கொண்ட அருவிகளைக் கொண்ட தமிழகத்தை காக்கும்

மேற்கு தொடர்ச்சி மலையாக சட சடவென உயர்ந்து எழத்துவங்கியது... இப்படி ஒருவர் இருக்க முடியுமா, இப்படி ஒருவர் பூமியில் வாழமுடியுமா, தன் சமூக சிந்தனைக்காக அடித்தட்டு மக்களின் முன்னேற்றத்துக்காக, தன் சொத்து சுகம் உடல் பொருள் அனைத்தையும் அர்ப்பணித்து வாழமுடியுமா? என்ற கேள்வி இந்த நூலுக்கான புதிய பதிப்பின் முன்னுரை எழுதும் இந்தத் தருணத்திலும் என்னை தொடர்ந்து கொண்டேயிருக்கிறது.

அத்தொடருக்கு வாசகர்கள் கொடுத்த வரவேற்பு என் வாழ்வில் புதுமின்னல் பாய்ச்சினார் போலிருந்தது. நம்பவே முடியாத பேரலை ஒன்று புகழுச்சிக்கு என்னை அழைத்துச்செல்வது போல ஒவ்வொரு வாரமும் எனக்கு வரும் தகவல்கள்.

அந்தப் பாராட்டுகளின் உச்சம், பதினான்கு வருடம் கழித்து இந்த ஆண்டு கிட்டியது. கடந்த செப்டம்பர் 17, 2020ல் பெரியாரின் பிறந்தநாளை முன்னிட்டு நானும் நண்பர், பகுத்தறிவாளர், கழகத்தின் மாநில செயலாளர், தமிழ்ச்செல்வன் அவர்களும் இணைந்து நாயகன் வலைத்தளம் மூலமாக பெரியாரை குறித்து தினமும் பத்து நிமிட உரை ஒன்றைத் துவக்கினோம். மொத்தம் 54 காணொளிகள் மூலம் பெரியாரின் வாழ்க்கை வரலாற்றை தமிழகத்தின் அன்றைய சூழலை முழுமையாக விவரித்து அதில் தொகுத்து பேசியிருந்தேன். ஓரளவு கணிசமான பார்வையாளர்களை அந்த கணொளிகள் சென்று சேர்ந்திருந்தன.

இச்சூழலில் கடந்த ஜனவரி 2021 அன்று வழக்கம் போல பொங்கல் விழாவையொட்டி பெரியார் திடலில் நடக்கும் பெரியார் விருது நிகழ்ச்சியில் கலந்துகொள்ள சென்றிருந்தேன். எனது திரைத்துறை ஆளுமைகள் கரு. பழனியப்பன், போஸ் வெங்கட் ஆகியோருக்கு பெரியார் விருது அளிக்கும் நிகழ்ச்சி அது. (இச்சமயத்தில் 2012ஆம் ஆண்டு எனக்கு அளிக்கபட்ட பெரியார் விருது நிகழ்ச்சியையும், அதற்குக் காரணமாக இருந்த மறைந்த என் நண்பர் பெரியார் சக்ரடீஸ் அவர்களை நன்றியுடன் நினைவு கூர்கிறேன்.)

அந்த நிகழ்ச்சியில் சான்றோர்களுக்கு விருது வழங்கி சிறப்புரை நிகழ்த்த எழுந்த ஐயா வீரமணி அவர்கள், முன் வரிசையில் பொருளியல் அறிஞர் ஐயா ஜெயரஞ்சன், ஊடகவியலாளர் செந்தில்வேல் ஆகியோருடன் நானும் அமர்ந்திருப்பதைக் கண்டு மற்றவர்களை பாராட்டிவிட்டு என்னைப் பற்றி சொல்லும்போது, எனது பெரியாரை பற்றிய வலைதள காணொளி தொடரைப் பற்றிக்கூறி பதிமூன்று வருடங்களுக்கு முன் நாயகன் தொடர் வெளியான காலத்தில் கலைஞர் தன்னிடம் கூறியதாக பலர் முன்னிலையில் கூறத்துவங்கினார்.

அக்காலங்களில், மாலை நேரம் தினந்தோறும் கலைஞர் அவர்களை வீட்டில் சந்தித்து உரையாடி வந்த நினைவுகளை பகிர்ந்துகொண்ட அவர், ஒருநாள் கலைஞர் அவர்கள் முன்கூட்டியே தன்னை அவசரமாக தொடர்புகொள்ள விரும்புவதாக, உதவியாளரிடமிருந்து தகவல் வந்ததை ஒட்டி, அவரும் பேசிய தகவலை சொல்லி... அன்று கலைஞர் அவர்கள் சற்றுமுன் விகடனில் அப்போது வெளிவந்து கொண்டிருந்த பெரியார் தொடரைப் படித்தாகவும், அந்தத் தொடரை படிச்சீங்களா எனவும் ஆவலுடன் கேட்டதாகவும் பகிர்ந்தவர், தொடர்ந்து கலைஞர் அவர்கள் 'யார் அந்த பையன்? நம்மைவிடவும் பெரியரை பத்தி நல்லா எழுதிகிட்ருக்கான், அந்த தம்பி' எனக் கூறியதாக அந்த அரங்கு நிறைந்த அவையில் கைதட்டல்களுகிடையே கூறியபோது நான் பெற்ற பேறும் களிப்பும் என் உடல் உயிர்த்து உப்பு நனைத்தது.

என் வாழ்வில் நான் பெற்ற பேறுகள் அனைத்திலும் சிறப்பான பேறு இதுவே. அதுவும் தொடர் வெளிவந்து, நூலாகவும் வெளியாகி, பல லட்சம் வாசகர்களை அடைந்து பதிநான்கு வருடங்கள் கழிந்த பின் எனக்குக் கிடைத்த வெகுமதி இது.

இந்த நூல் வெளியானபோது முதல் பாராட்டுக் கூட்டம் நடத்திய நண்பர் சேலம் ஈசன் இளங்கோ அவர்களுக்கும் நண்பன் தக்கை பாபு அவர்களுக்கும் கோவையில் நாய்வால் அமைப்பு மூலம் எனக்கு விழா எடுத்த நண்பர் எழுத்தாளர்

*பாமரன்* அவர்களையும் இத்தொடரை படித்துவிட்டு *விகடனில்* தனக்கு மிகவும் பிடித்த தொடராகக் கூறிய அண்ணன் கொளத்தூர். மணி அவர்களையும் மற்றும் இந்தத் தொடரை படித்துவிட்டு என்னைச் சந்திக்க வேண்டும் என விரும்பி அழைத்து, சந்தித்து என்னை ஊக்கப்படுத்திய முன்னால் மேயர் சைதை துரைசாமி அவர்களையும் மற்றும் இப்போதும் இத்தொடரின் வாசகர்களாக என்னை முகநூலில் வாழ்த்திக்கொண்டிருக்கும் ஆயிரக்கணக்கான நண்பர்களுக்கும் என் நன்றியும் வணக்கமும்.

கடந்த பத்தாண்டுகளாக பல லட்சம் வாசகர்களிடம் இந்த நூலை கொண்டு சென்ற *விகடன் பதிப்பகத்துக்கும்,* என்னை எழுத வைத்த ரா.கண்ணன் அவர்களுக்கும் இந்த புதிய நூலை இப்போது வடிவமைத்து தரும் பிரகாஷ் மற்றும் அட்டை வடிவமைப்பாளர் லார்க் பாஸ்கரன் ஆகியோருக்கும் சக நண்பர்களுக்கும், இதை வாசகர்களிடம் கொண்டு செல்ல உதவும் புத்தக அங்காடிகளுக்கும் உரிமையாளர்களுக்கும் ஊழியர்களுக்கும் என் சிரம் தாழ்ந்த வணக்கங்கள்.

**அஜயன் பாலா**

*03 - 10 - 2021*

# 1

"ஒவ்வொரு மனிதனும் செத்துப்போவது உண்மைதான் என்றாலும், அவனோடு அவனுடைய முயற்சிகளும் அவன் துவக்கிய காரியங்களும் செத்துப்போய்விடுவதில்லை!"

- தந்தை பெரியார்

**உ**லகமே அறிவியல் மற்றும் தொழில் துறைகளில் பத்து குதிரை சாரட்டுகளில் பறந்துகொண்டு இருந்த 19ம் நூற்றாண்டின் இறுதிக் காலம்! மார்க்சும் ஏங்கல்சும் தங்களது நெருப்புரைகளால் அறிவுலகில் பெரும் தீயை ஏற்படுத்தி, ஐரோப்பாவையே அதிர வைத்துக்கொண்டு இருந்த நேரம். இதன் எந்தச் சலனமும் இல்லாமல், உலக வரைபடத்தில் இந்தியத் துணைக் கண்டத்தின் தென்கோடியில், தாங்கள் யாரென்றே அறியாத பெருங்கூட்டமொன்று இருந்தது. அறியாமை அவர்களின் கண்களைக் கட்டியிருந்தது. மதம் அவர்களது மூளையை அடைத்திருந்தது. சாதி முதுகில் அமர்ந்து அவர்களை முழுவதுமாகக் குனியவைத்திருந்தது. அவர்களது இந்த நிலை, அப்போது ஆட்சியிலிருந்த ஆங்கிலேயர்களுக்கும் சில ஆதிக்கச் சக்திகளுக்கும் வசதியாக இருந்தது. வீதிகளில் அரசர்களைப் போலக் கை வீசி நடந்து வரும் அவர்களைக் கண்டதும், இவர்கள் தங்கள் தலையில் கட்டிய துண்டை அவசரமாக அவிழ்த்துக் கக்கத்தில் சுருட்டிவைத்துக்கொண்டு 'எசமான்' எனக் குனிந்து கும்பிடு போடுவார்கள். ஆனால் எந்தச் சூரியனும் வீதி பார்த்து உதிப்பதில்லை; எந்தக் காற்றும் சாதி பார்த்து வீசுவதில்லை. சாதியின்

பெயரால் உலகில் வேறெந்த நாட்டிலும் இல்லாத அளவுக்கு, மனிதனை மனிதன் இழிவு செய்யும் போக்கு மட்டும் இங்கே தொடர்ந்துகொண்டு இருந்தது. அது மட்டுமா...

பெண்ணடிமை, பால்ய விவாகம் மற்றும் இன்ன பிற மூட நம்பிக்கைகளும் மக்களைப் பிடித்து ஆட்டிக்கொண்டு இருந்தன. இம்மக்களை மீட்டு சாதி, மதம் என்னும் நோய்களை விரட்டி, மானமும் அறிவும் ஊட்டி, தன்னுணர்வுமிக்க தமிழர்களாக மாற்ற யாரேனும் தோன்றிட மாட்டார்களா எனப் படித்த பண்பாளர்கள் பலர் உள்ளூரக் கொந்தளித்துக்கொண்டு இருந்தனர். சாதாரண ஒரு மனிதரால் இது சாத்தியமாகாது. துணிச்சல், அதிகாரம், செல்வாக்கு, அந்தஸ்து, பண பலம் இவற்றுடன் தன்னிகரற்ற சிந்தனை ஆற்றல், அதனை வெளிப்படுத்தும் சொல்வன்மை, வாதங்களை அடித்து நொறுக்கும் தர்க்க ஞானம், எல்லாவற்றுக்கும் மேலாக சமூகத்தின் மீதான பேரன்பு, எந்தச் சந்தர்ப்பத்திலும் எதையும் இழக்கத் துணியும் தியாக உள்ளம், தொண்டு மனப்பான்மை என இவை அத்தனையும் ஒருங்கே அமையப்பெற்ற ஒரு மகத்தான மாமனிதராக அவர் இருந்தால் மட்டுமே தமிழர்களின் வாழ்வைச் சீர்படுத்த இயலும் என்கிற நிலை.

இந்தச் சூழலில்தான், ஈரோடு எனும் வணிக நகரத்தில், 1879 செப்டம்பர் 17ம் தேதியன்று, தமிழர் தம் வாழ்வில் விடிவெள்ளி ஒன்று உதித்தது. அவர்தாம் 'பெரியார்' எனத் தமிழரால் அன்புடன் அழைக்கப்பட்ட ஈ.வெ.ராமசாமி!

பெரியாரின் தந்தையார் பெயர் வெங்கட்ட நாயக்கர். ஈரோட்டில், வெறும் வெங்கட்ட நாயக்கர் என்றால் பலருக்கு அப்போது தெரியாது. கல்தச்சு நாயக்கர் என்றால், உடனே சொல்லிவிடுவார்கள். ஏனென்றால், அவரது தொழில் அப்படி. கற்களில் சித்திர வேலைப்பாடுகள் செய்வதில்தான் அவருக்கு அப்போது பிழைப்பு.

வெங்கட்ட நாயக்கரின் பூர்வ கதை, கொடுமையானது. அவருக்குச் சிறு வயதிலேயே அப்பா இல்லை. யாரோ குழந்தை பாக்கியம் இல்லாத ஓர் ஏழைப் பெண்ணால் எடுத்து வளர்க்கப்பட்டவர். மழைக்குக்கூட பள்ளிக்கூடம் ஒதுங்கியது கிடையாது. தன் சிறு வயதிலிருந்து 18 வயது

தந்தை பெரியாரின் பெற்றோர்

வரை கல் உடைக்கும் கூலித் தொழிலாளியாகவே பிழைப்பு நடத்தி வந்தவர் அவர். கல்யாணத்துக்குப் பின், வாழ்க்கையில் கொஞ்சம் வசதி கூடியது. மனைவியாக வாய்த்த சின்னத்தாயம்மாள், சேலம் தாதம்பட்டியைச் சேர்ந்தவர். ஓரளவுக்கு வசதியான குடும்பத்தைச் சேர்ந்தவராக இருந்தாலும், கல்யாணத்துக்குப் பின்பு கணவருடன் அவரும் கூலிவேலைக்குப் போகவேண்டி வந்தது. தினமும் 6 அணாவுக்கும், 8 அணாவுக்கும் உயிரை வருத்தி வேலை செய்யும் இந்தப் பிழைப்புக்குப் பதிலாக, சொந்தமாக கட்டை வண்டி ஒன்று வாங்கி ஓட்டினால் என்ன என்று யோசித்தார் வெங்கட்ட நாயக்கர்.

ஆசைப்பட்டபடியே அதுவும் நடந்தது. ஆனால், ராவெல்லாம் புருஷன் வண்டி ஓட்டப் போய்விட, வீட்டில் சின்னத்தாயம்மாள் மட்டும் தனியாக இருக்கவேண்டி வந்தது. இது அவரின் அப்பாவுக்கு மிகுந்த மனக் கஷ்டத்தை ஏற்படுத்த, உடனே மாப்பிள்ளையைக் கூப்பிட்டு, சொந்தமாக ஏதாவது வியாபாரம் செய்து பிழைக்குமாறு சொல்லி, கொஞ்சம் பணமும் கொடுத்தார்.

அடுத்த நாளே, வெங்கட்ட நாயக்கர் சிறிய தட்டுக்கடை முதலாளியாக மாறிவிட்டார். கடை போட்ட சில

நாட்களிலேயே வெங்கட்ட நாயக்கருக்கு வியாபாரத் தந்திரங்கள் அத்துபடியாகின. சீக்கிரமே அந்தக் கடையை ஒரு நல்ல விலைக்குக் கைமாற்றிக் கொடுத்துவிட்டு, ஈரோடு பஜாரில் மிகப் பெரிய மளிகைக்கடையை வாங்கினார். ஈரோடு பஜாரில் மளிகைக் கடை வெங்கட்ட நாயக்கர் என்றால், படுபிரசித்தம் என்கிற அளவுக்கு வியாபாரத்தில் கொடி கட்டிப் பறந்தார்.

அங்கவஸ்திரம், பட்டு ஜிப்பா, விரல்களில் மின்னலடிக்கும் மோதிரங்கள், பெரிய கல் வீடு, இரண்டு ஏக்கர் நிலம் என கடும் உழைப்பும் புத்தி சாதுர்யமும் அவரது ஒட்டுமொத்த வாழ்க்கையைத் தலைகீழாக மாற்றிவிட்டன.

வாழ்க்கை வசதியாக மாறினாலும், சின்னத்தாயம்மாளுக்குக் குழந்தை இல்லாத பாரம் மனசை அழுத்திக்கொண்டு இருந்தது. மூன்று குழந்தைகள் பிறந்து, அடுத்தடுத்து இறந்து போய்விட, குழந்தை வரம் வேண்டி, கோயில், குளம் எனத் தீவிரமாக ஏறி, இறங்க ஆரம்பித்துவிட்டார். இந்தச் சமயத்தில், அவர் ஓர் ஆண் குழந்தைக்குத் தாயானார். அந்தக் குழந்தை தனக்குச் சாமி தந்த வரம்தான் என மெய்சிலிர்த்து, குழந்தைக்குக் கிருஷ்ணசாமி என்று பெயர் சூட்டி மகிழ்ந்தார். அதன் பிறகு கேட்க வேண்டுமா...? சின்னத் தாயம்மாளுக்கு 24 மணி நேரமும் கோயில், குளம், அர்ச்சனை, மடி, ஆசாரம், பூஜை, புனஸ்காரம் இவையே வாழ்க்கையாகிப்போனது. இந்தச் சமயத்தில்தான், அவருக்கு இரண்டாவதாகவும் ஓர் ஆண் குழந்தை பிறந்தது. பக்திப் பரவசம் மேலிட, அந்தக் குழந்தைக்கு ராமசாமி என்று பெயர் சூட்டினார். அவர்தான் நம் பெரியார்!

எந்தச் சாமியை அவர் பின்னாளில் தன் வாழ்நாள் முழுக்க மறுத்துப் போராடினாரோ, அந்தச் சாமியின் பெயரையே அவர் வாழ்நாள் பூராவும் சுமக்க நேர்ந்ததுதான் வாழ்க்கையின் விசித்திரம்!

பின்னாளில் இந்த மகன் தனது ஆசார அனுஷ்டானங்களையும் பக்தி நெறிகளையும் முழுவதுமாக அடித்து நொறுக்கப் போகிறான் என்பதை சின்னத்தாயம்மாள் முன் கூட்டியே உணர்ந்துதானோ என்னவோ, சிறு வயதிலிருந்தே தன் இளைய மகன் ராமசாமியிடம் அவ்வளவாக அன்பு

பாராட்டாமல், மூத்த மகனையே கொண்டாடிக் கொஞ்சினார். ஏனோ, ஒரு கட்டத்தில், இனி இந்தப் பிள்ளையே தனக்குத் தேவையில்லை என்று, தன் உறவுக்கார விதவைப் பெண் ஒருத்திக்குத் தத்து கொடுத்துவிட்டார்.

சிறு வயதிலேயே தாய் தந்தையரைப் பிரிந்து வாழ நேரிட்டதன் விளைவாக, சிறுவன் ராமசாமிக்குள் தீராத ஒரு வெறுப்பு உணர்ச்சி நெஞ்சில் குடி கொள்ள ஆரம்பித்தது. அதன் பலனாக, கடும் போக்கிரியாக வளர ஆரம்பித்தார்.

அவரை வளர்த்த அந்த விதவைத் தாயின் குடும்பச் சூழல் மிகவும் வறுமை என்பதால், பசிக்கு உணவின்றித் தெருத்தெருவாக அலைந்து, கிடைப்பதைத் தின்று, கண்டவரிடம் வம்பு வளர்த்து, காட்டுச்செடியாக வளர்ந்தார். என்னதான் ராமசாமி ஊர் வம்பை விலைக்கு வாங்கிக்கொண்டு வந்தாலும், அந்த வளர்ப்புத் தாய்க்கு மகனென்றால், அத்தனை பாசம்! யாரேனும் "ராமசாமி என் பிள்ளையை அடித்துவிட்டான். அவனைக் கண்டித்து வளர்க்கக் கூடாதா?" எனப் புகார் செய்தால், "அவன் அப்படித்தான் அடிப்பான். வேண்டுமானால், உன் பிள்ளையை வீட்டிலேயே பூட்டிவைக்க வேண்டியதுதானே!" எனப் பதில் கேள்வி கேட்டு விரட்டியடிப்பார். அம்மாவுக்கும் பிள்ளைக்கும் அப்படி ஓர் அன்னியோன்யம். ராமசாமிக்கு யாராவது கையில் சிக்கிவிட்டால் தீர்ந்தது கதை. தன் பேச்சைக் கைதட்டி ரசிக்கத் தோதாக ஆளும் கிடைத்துவிட்டால் அவ்வளவுதான். வயது வித்தியாசமில்லாமல் அவர்களை கிண்டல் செய்து ஓட ஓட விரட்ட ஆரம்பிப்பான். பேச்சு வெறும் வேடிக்கையாக இல்லாமல், அதில் அதிசியக்கத்தக்க புதிய கருத்துக்களும் இருக்கும் என்பதால் எப்போதும் ஒரு கூட்டம் அவனுடன் கூடியிருக்கும். வளர்ப்புத் தாய்க்கு அது சற்று பெருமையாக இருந்தாலும், நாளை இவன் எப்படி ஆவானோ என்ற கவலையும் எழும்.

அன்று காலை... வாசலில் நிழலாட, வெளியே வந்து பார்த்தார் அந்தத் தாய். வீட்டு வாசலில் வெங்கட்ட நாயக்கர் நின்றிருந்தார்!

# 2

'இனி வரும் நாளில் கம்பியில்லாத் தந்தி சாதனம் ஒவ்வொருவர் சட்டைப் பையிலும் இருக்கும்!'

- **தந்தை பெரியார்**

*வாழ்க்கை ஒரு பல்கலைக்கழகம். அதன் மிகச் சிறந்த வகுப்பே பால்ய காலம்தான்!*

இப்பருவத்தில் நம் மனம் எதிர்கொள்ளும் அனுபவங்களும், அதன் தொடர்பாக உண்டாகும் ஏக்கங்களும், உணர்வுத் தாக்கங்களும்தான் பிற்காலத்தில் ஒரு பிரமாண்ட கட்டடத்தைத் தீர்மானிக்கும் கான்க்ரீட் கம்பிகளாக நீண்டு, நமது ஒட்டுமொத்த வாழ்வையும் வடிவமைக்கும் சக்திகளாகச் செயல்படுகின்றன. இயல்பாக எல்லாக் குழந்தைகளுக்கும் ஏழு வயது வரை கிடைக்கக்கூடிய தந்தையின் அரவணைப்பும், தாயின் பாசமும், பின்னாளில் 'பெரியார்' என அனைவராலும் கொண்டாடப்பட்ட அன்றைய சிறுவன் ராமசாமிக்குக் கிடைக்கவில்லை.

மண்டிக்கடை வெங்கட்ட நாயக்கர் எனும் ஓரளவு வசதியான தந்தைக்குப் பிறந்தும், பசியும் பட்டினியுமாக வளர்ப்புத் தாயின் வீட்டில் வளர்ந்த அவரது பிஞ்சு மனம் எப்படியெல்லாம் வேதனைப்பட்டதோ, யாருக்குத் தெரியும்? ஆனால், வயிற்றுக்குத்தான் வாழ்க்கை வஞ்சனை செய்ததே தவிர, மனசுக்குக் கடுகளவும் குறை வைக்கவில்லை.

வளர்ப்புத் தாயின் அநியாய செல்லம், கட்டுப்பாடில்லாத துணிச்சலையும் தைரியத்தையும் ஊட்டி வளர்த்தது. இதனாலேயே ராமசாமியின் பேச்சிலும் செயலிலும் எக்கச்சக்கமான துடுக்குத்தனம்! வீட்டுத் திண்ணையில் ராமசாமி காலாட்டிக்கொண்டு அமர்ந்திருப்பதை தூரத்தில் பார்த்துவிட்டாலே போதும்... அந்தத் தெரு வழியாக குடுமியும் குடையுமாக நடந்துவரும் பெரிசுகள் வழியில் ஏதேனும் சந்து பொந்து தென்படாதா என வேட்டியை இறுக்கப் பிடித்துக்கொண்டு ஓடத்துவங்கிவிடுவர். 'சரி, வீட்டில் இருந்தால்தானே வம்பு! திண்ணைப் பள்ளிக்காவது போகட்டும்' எனத் தன் மகனை அந்த வளர்ப்புத் தாய் அனுப்பி வைக்க, அங்கேயும் கேலி, கிண்டல், வேட்டி அவிழ்ப்பு, அட்டகாசம்! வாத்தியார் எதையெல்லாம் செய்யாதே எனச் சொல்கிறாரோ அதை மறுவிநாடி செய்துவிட்டுத்தான் மறுவேலை!

இப்படியாக ராமசாமி வறுமையிலும் 'செம்மையாய்' காட்டுச்செடியாக வளர்ந்துகொண்டு இருந்த சமயத்தில், அங்கே மண்டி வெங்கட்ட நாயக்கரின் வாழ்க்கை கொடிகட்டிப் பறக்க ஆரம்பித்தது. வியாபாரத்தில் அவர் தொட்ட உப்பு, புளி, மிளகாய் எல்லாம் தங்கமாக மாறி, சின்னத்தாயம்மாளின் கழுத்தையும் கைகளையும் இடுப்பையும் அட்டிகையாகவும் வளையல்களாகவும் ஒட்டியாணமாகவும் அலங்கரித்தன. ஏற்கெனவே வைணவ ஆசார அனுஷ்டானங்களைக் கடைப்பிடிப்பதில் ஊறித்திளைத்த சின்னத்தாயம் மாளுக்கு இப்போது சொல்லவா வேணும்? வீட்டில் தினசரி பூஜைதான்... புனஸ்காரங்கள்தான்! பிராமணர்கள் கூட்டமாக வருவதும், அவர்களை வரவேற்று உபசரித்து, தம்பதி சகித மாய் சாஷ்டாங்கமாக அவர்கள் காலில் விழுந்து வணங்கி, சேவை செய்து, அதனாலேயே தாங்கள் உயர்ந்தவர்கள் ஆகிவிட்டதாகக் கற்பனை செய்துகொண்டு மகிழ்வதுமே வழக்கமாகிவிட்டிருந்தது. இத்தருணத்தில்தான் சின்னத் தாயம்மாளுக்கு தான் தத்துக் கொடுத்த இளையமகன் ராமசாமி பற்றி ஞாபகம் வந்திருக்கிறது. 'நமக்குதான் இப்போது வசதி வந்துவிட்டதே! சிறியவன் ராமசாமியை அந்த விதவைத் தாயிடமிருந்து அழைத்துக்கொண்டு

துறவி கோலத்தில் பெரியார்

வந்து விடுங்கள். நாமே வளர்ப்போம்' என்று சொல்ல, மறுபேச்சில்லாமல் புறப்பட்டவர்தான் வெங்கட்ட நாயக்கர்.

பேச்சுத் துணைக்குக்கூட ஆளின்றி தனிமரமாகவே வாழ்ந்து வந்த அந்த விதவைத் தாயின் வாழ்க்கையில், மகிழ்ச்சி என்ற சொல்லுக்கு ஓரளவுக்காவது அர்த்தம் இருந்திருக்குமானால், அது ராமசாமி எனும் குழந்தை வந்த பிறகுதான். அவன் சிறுவனாக வளர்ந்து பல சேட்டைகள் செய்தாலும், அவை அனைத்தையும் தன் வறுமையையும் மறந்து ரசித்தார். அதனால்தான் வெங்கட்ட நாயக்கர் தன் வீட்டு முன் வந்து நின்றபோது அவருக்கு திக்கென்றிருந்தது. நாயக்கர் ஒன்பது வயது ராமசாமியை வலுக்கட்டாயமாகத் தூக்கிக்கொண்டு தெருவில் நடந்து சென்றபோது, தன்னால் முடிந்தவரை போராடிப் பார்த்தார். ஆனால், அந்த விதவைத் தாயின் வேதனையைப் பொருட்படுத்துகிற மனநிலையில் வெங்கட்ட நாயக்கரும் இல்லை; சிறுவனான ராமசாமிக்கும் அதைப் புரிந்துகொள்ளும் வயசு இல்லை.

ஈரோட்டில் தனது பணக்கார வீட்டுக்குள் நுழைந்த பிறகுதான், ஒரு அந்நியத் தன்மையை ராமசாமியால் உணரமுடிந்தது. சின்னத்தாயம்மாள் மகனிடம் என்னதான் பாசத்தைக் கொட்டியபோதும், ராமசாமியால் அதனை ஏற்கமுடியவில்லை. நன்கு உரமேறி வளர்ந்து வரும் ஒரு மிளகாய்ச் செடியைப் பிடுங்கி, அதற்குச் சம்பந்தமே இல்லாத வேறு வகை மண்ணில் நடும்போது, அந்தச் செடியின் வேர்கள் படும் வேதனை மனிதர்களின் அறிவுக்கு எட்டுவதில்லை. ராமசாமிக்கும் இந்தப் புதிய வாழ்க்கை அப்படியாகத்தான் இருந்தது. என்னதான் அந்த விதவைத் தாயின் வீட்டில் வறுமை மண்டிக்கிடந்தாலும், அங்கே ஒரு சுதந்திரம் இருந்தது. காலையில் எழுந்தவுடன் குளிக்கவேண்டும், பல் துலக்கவேண்டும் போன்ற கட்டாயங்களோ கட்டளைகளோ அங்கே இல்லை. இங்கே எல்லாமே தலைகீழ்! காலையில் விடிந்தும் விடியாததுமாக சின்னத்தாயம்மாள் தலைக்குக் குளித்துவிட்டு, பூஜை அறையில் சாம்பிராணி புகை போட்டு மணி அடிப்பதும், பீரோவில் இருக்கும் நகைகளை அள்ளி உடம்பு முழுக்க மாட்டிக்கொண்டு வீட்டுக்கு வந்துபோகும் சாமியார்களின் காலில் விழுந்து வணங்குவதும், ராமசாமிக்கு செயற்கையாகவும், மனித வாழ்க்கைக்கு ஒவ்வாத அநாவசிய, அர்த்தமற்ற காரியங்களாகவும் தோன்றின.

கிராமத்தில் சட்டை இல்லாமல், குடிக்கக் கஞ்சி இல்லாமல், தெருவில் கிடப்பதைப் பொறுக்கித் தின்று, மரம் செடி கொடிகளுடன் காடு மேடு கம்மாங்கரைகளில் இஷ்டம் போல ஆடித் திரிந்த வாழ்வில் ஓர் உண்மை இருந்தாற்போல் சிறுவன் ராமசாமிக்குப்பட்டது. இதனாலேயே தன் தாயாரான சின்னத்தாயம்மாள் செய்யும் எல்லாக் காரியங்களையும் கேள்வி கேட்கத் துவங்கினான். இதை எதற்குச் செய்கிறாய், அதனால் என்ன பலன், ஏன் வெளியாள் வந்து போனதும் வீடு முழுக்கத் தண்ணீர் தெளிக்கிறாய், ஏன் அவர்கள் வந்ததும் ஓடிப்போய் காலில் விழுகிறாய்...? கேள்விகள்... கேள்விகள்...!

'அவங்கெல்லாம் சாமிடா! அப்படியெல்லாம் பேசக் கூடாது!'

'அப்படியா? அப்படின்னா பூஜை அறையில போட்டாவுக்குள்ள இருக்கிற சாமியெல்லாம், முன்னாடி வெச்சிருக்கிற சோத்தைச் சாப்பிட மாட்டேங்குது! இந்த சாமிங்க மட்டும் சம்மணம் போட்டு ஒரு வெட்டு வெட்டுதே, அது எப்படி?'

இது மாதிரியான எடக்குமடக்கான கேள்விகளைக் கேட்டு, அவற்றுக்குப் பதில் சொல்ல முடியாமல் சின்னத் தாயம்மாள் திண்டாடுவதைப் பார்க்கப் பார்க்க ராமசாமிக்கு குஷியாக இருக்கும். அதோடு நில்லாமல், வீட்டுக்கு வரும் பெரிய மனிதர்களிடமும், பிராமணர்களிடமும் ராமசாமி ஏடா கூடமான கேள்விகளைக் கேட்டு அவர்களை தர்ம சங்கடத்தில் ஆழ்த்துவான்.

'அய்யா! எங்க அப்பா வெங்கட்டா ஏன் இன்னொரு கண்ணாலம் கட்டிக்கலை?'

'அடப்பாவி! பொண்டாட்டி உசுரோட இருக்கும்போது இன்னொரு பொண்டாட்டியா? அது மகா பாவம்டா!'

'அப்படின்னா, போட்டாவுல இருக்கிற சாமியும் பக்கத்துக்கு ஒண்ணா ரெண்டு பக்கமும் நிறுத்திக்கிட்டு அதே பாவத்தைதானே செய்யுது?! அப்புறம் எதுக்கு நாம அதை வுழுந்து வுழுந்து கும்புடணும்?'

'நாயக்கர் மவனாச்சேனு பார்த்தேன். இல்ல, அங்கேயே நாலு சாத்து சாத்தியிருப்பேன். முளைச்சு மூணு இலை விடலை, அதுக்குள்ள என்ன கேள்வி கேக்குது பாத்தீங்களா?' எனப் பொருமிக்கொண்டே பெரிசுகள் நாயக்கர் வீட்டைவிட்டு வேகமாக வெளியேறுவது வாடிக்கையானது!

இதனிடையே சின்னத்தாயம்மாளுக்கு பொன்னுத்தாய், கண்ணம்மாள் என இரண்டு பெண் குழந்தைகள் பிறந்தன. ஆனாலும், ராமசாமியின் மேல் பாசம் குறையவில்லை. என்னதான் குழந்தை துடுக்குத்தனமாகப் பேசினாலும், வயது ஏற ஏற எல்லாம் சரியாகிவிடும் என நினைத்தார்.

உண்மையில், வயது ஏற ஏற அவர் சரியாகவேதான் வளர்ந்தார். ஆனால், மற்றவர்கள்தான் அவரைத் தவறாகப் புரிந்துகொண்டனர்.

இங்கேயும், 'வீட்டிலிருந்தால்தானே வம்பளப்பு! பள்ளி சென்றால் ஒழுங்காகிவிடுவான்' எனப் பள்ளிக்கூடத்துக்கு அனுப்பிவைத்தனர். இம்முறை ஆங்கிலப் படிப்பு. ஆனால், குமாஸ்தாக்களை உற்பத்தி செய்யும் பள்ளிக்கூடத்தால், ராமசாமியின் குண விசேஷங்களைப் புரிந்துகொள்ள முடியவில்லை. எதிர்காலத்தில் ஒரு சமூகத்துக்கே அறிவொளி வழங்கப்போகும் மாணவனை நாம் வதைத்துக்கொண்டு இருக்கிறோம் என்பதே தெரியாமல், வதைத்து எடுத்தனர். ஒரு கட்டத்தில், ராமசாமியின் கை கால்களில் விலங்கும் மரக்கட்டையும் போட்டுப் பூட்டி, வகுப்பறையில் உட்காரவைக்கும் அளவுக்குப் போய்விட்டது. அது உண்மையில் ஒரு பள்ளிக்கூடத்துக்கும் மாணவனுக்கும் இடையிலான முரண்பாட்டின் விளைவு அல்ல. கெட்டித்துப் போன ஒரு சமூகத்துக்கும் அதன் மடத்தனத்தை அடித்து நொறுக்கவிருக்கும் கலகக்காரனுக்கும் இடையில் பின்னாளில் நிகழவிருக்கும் போரின் முதல் பேரிகை அது!

# 3

'கட்சி மாறுகிறவன் அயோக்கியன், அயோக்கியன், மகா அயோக்கியன்!'

- பெரியார்

'இனி, ராமசாமியைத் திருத்த முடியாது. படிப்பு கால் வீசைக்கும் ஏறாது!' எனப் பள்ளிக்கு முழுக்குப் போடவைக்க வெங்கட்ட நாயக்கரும் சின்னத் தாயம்மாளும் முடிவெடுத்தனர்.

ராமசாமியின் எடக்குமடக்கான கேள்விகளுக்குப் பதில் சொல்லத் தெரியாமல் விழித்துக்கொண்டு இருக்க வேண்டிய அவசியமில்லை என ஆசிரியர்கள் மகிழ்ந்தனர்.

"இந்த நாயக்கருக்கு என்ன ஆச்சு! பள்ளிக்கோடம் போய்க்கிட்டிருந்த பயலைக் கூட்டியாந்து கடையில கணக்கெழுத உட்கார வெச்சிருக்காரே! சின்ன புள்ளைக்கு என்ன விவரம் இருக்கப்போவுது!" என்று பலரும் பலவிதமாகத் தங்களது வியாபார பேட்டைக்குள் புதிதாக முளைத்திருக்கும் சிறுவனைப் பார்த்துக் கேலி பேசியதற்கு ஒரு காரணம் இருந்தது. வெங்கட்ட நாயக்கரின் மண்டிதான் ஈரோடு பஜாரிலேயே பெரிய மண்டி. மிளகாய், தனியா, மஞ்சள், வெல்லம், கருப்பட்டி போன்ற மளிகைச் சாமான்களை மூட்டை மூட்டையாக வாங்கிச்செல்ல வியாபாரிகளும் வண்டிக்காரர்களும் எப்போதும் கூட்டம் கூட்டமாக மண்டி முன் கூடியிருப்பர்.

மனைவி நாகம்மையாருடன் பெரியார்

காலையிலேயே ஏலம் ஆரம்பித்துவிடும். கூடியிருக்கும் வியாபாரிகள் மத்தியில், கையில் மணியை ஆட்டிக்கொண்டே உரக்கக் கூவி ஏலம் விடுவதில் தொடங்கி, மூட்டைகளில் விலாசம் எழுதி, குறிப்பிட்ட வாடிக்கையாளர்களிடம் சாமான் சேர்ந்து விட்டதா என்பது வரை கவனித் துக்கொள்ள வேண்டும். இத்தனை பெரிய பொறுப்பை இந்தச் சிறுவன் தாங்குவானா என்ற எண்ணம் அனைவருக்கும்!

ஆனால், நடந்ததோ வேறு! மண்டியில் கால்வைத்த சில நாட்களிலேயே வியாபாரத்தில் வெளுத்து வாங்கினான் சிறுவன் ராமசாமி. கையில் மணியைப் பிடித்துக்கொண்டு வியாபாரிகள் முன் அவன் நின்றால், பஜாரே களைகட்டும். காரணம், ராமசாமி ஏலத்தினூடே அடிக்கும் கிண்டலும் கேலியுமான பேச்சுகள்தான். பேச்சோடு பேச்சாக, விலையையும் சாமர்த்தியமாகக் கூட்டிவைத்து, வியாபாரத்தில் வெங்கட்டாவையே மிஞ்சிவிட்டார்

அஜயன் பாலா ✦ 25

ராமசாமி. மகனது திறமைகளைப் பார்த்து, நாயக்கருக்கு எக்கச்சக்க பூரிப்பு!

வியாபாரம் இல்லாத நேரங்களிலும், கடை முன் எப்போதும் கூட்டம் இருக்கும். பெரும்பாலும் வண்டியோட்டிகளும் சுமை தூக்கும் தொழிலாளிகளும்தான். நாயக்கர் மகன் என்ற மரியாதை காரணமாக, ராமசாமி எதைச் சொன்னாலும் அவர்கள் விழுந்து விழுந்து சிரித்தனர். அவர்களைப் பொறுத்தவரை ராமசாமி ஒரு கதாநாயகன். அவர்களைத் தொடர்ந்து சந்தோஷப்படுத்த வேண்டும் என்பதற்காகவே, கடைக்கு வரும் மதவாதிகளையும், பிராமணர்களையும், இன்ன பிற பெரிய மனிதர்களையும் வம்புக்கு இழுப்பார் ராமசாமி.

"என்ன சாமி... உங்க ராமாயணத்துல ராமர் ஒரு மகாவீரர்தானுங்களே?"

"ஆமாம்! அதுக்கென்ன இப்போ?"

"அப்புறம் எதுக்காக அவர் வாலியை மறைஞ்சிருந்து தாக்கணும்?"

"அது வந்து... வாலி ஒரு அசுரன்! அவன் யாரைப் பார்த்தாலும் அவங்க பலத்துல பாதி பலம் அவனுக்கு வந்துடும்!"

"அப்படின்னா, ராமனைவிட வாலி பலசாலின்னு ஒப்புக்கறீங்க. அப்படித்தானே?" "அது வந்து... புராணத்துல என்ன சொல்றதுன்னா...?"

"அதெல்லாம் எனக்கு வேணாம் சாமி! ஒரு அவதாரமா இருந்தும், ராமரால வாலியை ஜெயிக்க முடியலைன்னா, அப்ப வாலிதானே உண்மையான பல சாலி? நீங்க அவரைத்தானே கும்புடணும்? அதை விட்டுட்டு எதுக்காக ஒரு பயந்தாங்குள்ளியைக் கடவுளா மாத்துறீங்க?"

இப்படியான எடக்குமடக்குக் கேள்விகளுக்குப் பதில் சொல்லமுடியாமல் எதிரே நிற்பவர் திணறுவதைப் பார்த்து, சுற்றிலும் அமர்ந்திருக்கும் வண்டியோட்டிகள் மத்தியில் பலத்த சிரிப்புச் சத்தமும் கைத்தட்டல்களும் எழும். கேள்வியால் திணறியவரும் சுதாரித்து, "என்ன நாயக்கரே!

பெரியார், மணியம்மை

உங்க பையன் பலே புத்திசாலியா இருப்பான் போலிருக்கே! என்னையே கேள்வி கேட்டு மடக்கிப்பிட்டான்!" எனச் சமாளித்துச் சிரித்தபடியே அந்த இடத்திலிருந்து நழுவிச் செல்வார்.

காலங்கள் உருண்டன. இப்போது வெங்கட்ட நாயக்கர் ஈரோடு முனிசிபல் சேர்மன். இந்த நிலையில், இளைய மகன் ராமசாமி பற்றிச் சமீபகாலமாக அவர் கேள்விப்படும் தகவல் எதுவும் அவ்வளவாகச் சரியாக இல்லை. பையனுக்கு வயதோ இருபது ஆகிவிட்டது; இனியும் தாமதித்தால், நாடகக்காரிகளுக்கே மொத்தச் சொத்தையும் எழுதிக் கொடுத்துவிடுவான் ராமசாமி என்று பயந்தார் வெங்கட்ட நாயக்கர். "சொந்தத்துல ஏதாவது பொண்ணு இருந்தா, உடனே பாரு! சட்டுபுட்டுனு ஒரு கால்கட்டு போட்டுடலாம். நம்ம ராமசாமிக்கு வயசாகுதுல்ல!" என மனைவியிடம் அறிவுறுத்தினார்.

சேலம் தாதம்பட்டியில், உறவில் ஒரு பெண் இருப்பது நினைவுக்கு வந்தது. பெயர்கூட நாகம் மாளோ, என்னவோ. வயது பதின்மூன்று இருக்கலாம். ஆனால், அந்தப் பெண்ணின் அப்பா ரங்கசாமி, ஒரு ஹெட்கான்ஸ்டபிள். இப்போதிருக்கும் தங்களது மிராசு, ஜமீன் போன்ற அந்தஸ்துக்கு முன் அவர்களின் குடும்பம் ஏணி வைத்தால்கூட எட்டாது என முடிவெடுத்தனர். ஆனால், தன் மகனின் உள்ளத்தில்

அஜயன் பாலா ✦ 27

அந்த நாகம்மாள் ஏற்கெனவே குடியேறி, சிம்மாசனமிட்டு அமர்ந்துவிட்டாள் என்பதை அவர்கள் அறிந்திருக்கவில்லை.

பிற்பாடு விஷயம் தெரிய வந்து, மகனின் எண்ணத்தை மாற்ற என்னென்னவோ செய்து பார்த்தார். எதுவும் பலிக்கவில்லை. இறுதியாக, நாகம்மாள் எனும் அந்த அற்புதப் பெண்மணி, தமிழர்களின் வாழ்விலும் வரலாற்றிலும் அடியெடுத்து வைக்கும்விதமாக, தன் மனதுக்குப் பிடித்த ராமசாமியோடு மாலை மாற்றிக்கொண்டார்.

கல்யாணம் ஆன அடுத்த நாளே, சின்னத்தாயம்மாள் தன் மகனின் சுபாவங்களை விலாவாரியாக எடுத்துக் கூறி, "அவனைப் பக்திமானாகவும் ஒழுக்கமான குடும்பத் தலைவனாகவும் மாற்ற வேண்டியது உன் பொறுப்பு!" என்று கட்டளை இட்டார். ராமசாமியோ, தன் மனைவியை எப்படியாவது அம்மாவின் பூஜை கோஷ்டியிலிருந்து பிரித்து, தன்னைப் போல முற்போக்கான சிந்தனைகொண்டவளாக மாற்றிவிட வேண்டும் எனும் முனைப்பில் இருந்தார்.

அதன் முதல்கட்டமாக மனைவியும் அம்மாவும் என்றைக்கெல்லாம் விரதம் மேற்கொள்கிறார்களோ, அன்று பார்த்துத் தனக்கு அசைவ உணவு சமைக்க வேண்டுமென அடம்பிடிப்பார். மனைவியின் தாலியைக் கழற்றித்தன் சட்டைப் பையில் போட்டுக்கொண்டு, தாலி இல்லாமல் வாழ அறிவுறுத்துவார். நாகம்மை எப்படியும் தன் மகனைத் திருத்தி வழிக்குக் கொண்டுவந்துவிடுவாள் என எண்ணியிருந்த சின்னத்தாயம்மாள், மெள்ள மெள்ள நாகம்மையே சீர்திருத்தப் பெண்மணியாக மாறிவருவதைக் கண்டு, "அவளாச்சு, அவ புருஷனாச்சு!" எனும் முடிவுக்கு வந்தார்.

இப்படியாக, புதுமையும் குதூகலமுமாக நாகம்மாளும் ராமசாமியும் சந்தோஷ மண வாழ்க்கையில் நீச்சலடித்துக்கொண்டு இருந்தபோது, அவர்கள் வாழ்வில் யாரும் எதிர்பாராத விதத்தில் துயரச் சம்பவம் ஒன்று நிகழ்ந்தது. நாகம்மைக்கும் ராமசாமிக்கும் பிறந்த பெண் குழந்தை ஒன்று ஐந்தே மாதத்தில் இறந்து, குடும்பத்தினரைப் பெரும் சோகக்கடலில் ஆழ்த்தியது.

# 4

பத்தினி, பதிவிரதை என்ற சொற்கள் முட்டாள் தனத்திலிருந்தும் மூர்க்கத்தனத்திலிருந்தும் தோன்றிய சொற்களாகும். இச்சொற்களுக்கு இயற்கையிலோ, நீதியிலோ, சமத்துவத்திலோ, சுதந்திரத்திலோ சிறிதும் இடமில்லை. இவை தமிழ்ச் சொற்களும் அல்ல!

- பெரியார் *(04.05.1973, விடுதலை)*

**எ**ல்லாக் காலத்திலும் இழப்புகள்தான் ஞானத்தின் பிறப்பிடம். எதுபற்றியும் கவலைப்படாமல் சலங்கை பூட்டிய காளை போல் உல்லாசமாய் குதித்தோடிக்கொண்டிருந்த ராமசாமியின் வாழ்வில், பிறந்து ஐந்தே மாதத்தில் இறந்துபோன அவரது பெண் குழந்தையின் இழப்பு சொல்ல முடியாத துக்கமாக அவரது தொண்டைக்குழியை அடைத்துக்கொண்டது. கேலி, கிண்டல், நக்கல், நையாண்டி போன்ற குணங்கள் சட்டென அவரை விட்டு விலகி நின்றன. சோகம் அவரைச் சூழ்ந்து கொண்டது. துக்கம் அவரது தூக்கத்தைப் பறித்தது. பின்னாளில் தந்தை இறந்தபோதும், தாய் இறந்தபோதும் தன் இணைநிழலாக வாழ்ந்த மனைவி நாகம்மை இறந்த போதும், அதுகுறித்துக் கடுகளவும் சோர்ந்துபோகாமல் அடுத்த நிமிடமே இடுப்பில் வேட்டியை இறுக்கிக்கொண்டு தொண்டு செய்யப் புயலெனப் புறப்பட்டுச் சென்ற அதே ராமசாமிதான், தன் இளம் வயதில் எதிர்கொண்ட முதல் மரணத்தைத் தாங்கிக்கொள்ள முடியாமல் வேதனையில் துவண்டார்.

*காலங்கள் நகர்ந்தன. வழக்கம் போலக் காலையும் மாலையும் மண்டிக்கும் வீட்டுக்குமாக கால்கள் தூரத்தை அளந்துகொண்டு இருந்தாலும், மனம் என்னவோ சோகத்தில் தோய்ந்திருந்தது. மகனது இந்த மனநிலையை வெங்கட்ட நாயக்கரால் சரியானபடி புரிந்துகொள்ள முடியவில்லை. ராமசாமி முன்பு போல வேலையில் அத்தனைச் சுறுசுறுப்பாக இல்லாதது கண்டு அவருக்கு அடிக்கடி கோபம் தலைக்கேறியது. பலர் முன்னிலையில் மகனைத் திட்டினார். கல்யாணமான 25 வயது வாலிபன் என்றுகூடப் பாராமல், வெற்றிலைச் சாற்றை ராமசாமியின் முகத்தில் துப்பி அவமானப்படுத்தினார். "தறுதலை... தறுதலை...! உன்னால எனக்கு என்ன புண்ணியம்!" என்று ஆத்திரத்தோடு தன் செருப்பைக்கழற்றிப் பலர் முன்னிலையில் மகன் மீது வீசும் அளவுக்கு வெங்கட்ட நாயக்கரின் கோபம் கட்டுக் கடங்காத நிலைக்குச் சென்றது. ஏற்கெனவே குழந்தை இறந்த சோகத்தில் தடுமாறிக்கொண்டு இருந்த ராமசாமிக்குத் தந்தையால் ஏற்பட்டு வந்த இந்தத் தொடர் அவமானங்களைத் தாங்கிக்கொள்ள முடியவில்லை. வீடு வெறுத்தது; வாழ்க்கையும் வெறுத்தது. எங்காவது கண்காணாத தேசத்துக்குப் போய் பிச்சை எடுத்தாவது வாழலாமே தவிர, இனி இந்த வெங்கட்ட நாயக்கரின் முகத்தில் விழிக்கவே கூடாது என முடிவெடுத்தார் ராமசாமி.*

*நாயக்கரின் வீடு அன்றைய இரவுப்பொழுதில், மறுநாளின் களேபரத்தை முன் கூட்டி அறிந்துவைத்திருந்தது போல அமைதியாக உறங்கிக்கிடந்தது. மறுநாள் காலையில் நாகம்மை அழுதுகொண்டே மாமியாரை எழுப்பி, தன் கணவனைக் காணாத விவரத்தைச் சொல்ல, அடுத்த நொடி நாயக்கர் வீடே அல்லோல கல்லோலப்பட்டது. வேலைக்காரார்கள் கூச்சலும் குழப்பமுமாக ஆளுக்கொரு திசையில் ஓடினர். வெங்கட்ட நாயக்கர் தலையில் கை வைத்துக்கொண்டு அமர்ந்தார். அதே நேரம், வடக்கு நோக்கிப் பயணித்த ரயில் ஒன்றின் ஒரு கூபேயில், பயணிகள் தங்களுடன் பயணிக்கும் ஒரு சாமியாரை ஆச்சர்யத்துடன் பார்த்துக்கொண்டு இருந்தனர். இத்தனை சின்ன வயதில் சாமியார் கோலமா? இதுதான் அவர்களின்*

அஜயன் பாலா ✦ 31

ஆச்சர்யப் பார்வைக்குக் காரணம். அந்தப் பயணிகளுக்கு அப்போது தெரிந்திருக்க வாய்ப்பில்லை, இந்தச் சாமியார்தான் பின்னாளில் சாமியார்களையும் அவர்களது போலி கூடாரங்களையும் விரட்டியடிக்கும் பெரும் புரட்சியாளராகவும் தமிழ்நாட்டின் விடிவெள்ளியாகவும் மாறப்போகிறார் என்று!

காசி. எங்கு பார்த்தாலும் மடங்கள், கோபுரங்கள், மணியோசைகள், வேத உச்சாடனங்கள் என 24 மணி நேரமும் பக்தி பூசிய நகரம். தங்களது பாவங்களைப் போக்க, இந்தியாவின் பல பாகங்களிலிருந்தும் வந்து குவியும் பக்தர்களும், அந்த அப்பாவிகளை ஏமாற்றிப் பிழைப்பு நடத்தும் போலிச் சாமியார்களுமாக நிறைந்து வழியும் நகரம். கொலை, கொள்ளை செய்யும் கொடூர மனம் படைத்தவர்களும், நர மாமிச பட்சிணிகளும் கூட அங்கே மலிந்திருந்தனர். மதமும் மனிதர்களும் ஒரு சேரக் கைகோத்து சீரழித்துக்கொண்டிருந்த அந்த நகரின் வீதிகளில் சாமியார் கோலத்தில் வந்திறங்கினார் ராமசாமி. அங்கே அவருடன் இரண்டு பிராமண நண்பர்களும் வந்திறங்கினர்.

வழியில், பெஜவாடாவில் சில காலம் தங்கியிருக்க நேரிட்டபோது, அவர்கள் ராமசாமிக்குப் பழக்கமாகியிருந்தனர். பெஜவாடாவில் முருகேச முதலியார் என்பவர் அப்போது இவர்கள் மூவருக்கும் அடைக்கலம் தந்து உதவியிருந்தார். இப்படி மற்றவர் நிழலில் அண்டிப் பிழைப்பதைவிட, காசிக்குச் சென்றால் காலாட்டிக்கொண்டே மடங்களில் பிழைப்பு நடத்தலாம் என பிராமண நண்பர்கள் கொடுத்த ஆலோசனையின் பேரில்தான் ராமசாமி அவர்களுடன் புறப்பட்டுக் காசிக்கு வந்திறங்கினார். ஆனால், காசியிலோ கதை வேறு மாதிரியாகத் திரும்பியது. நல்ல பசி நேரம்! ராமசாமி ஏக எதிர்பார்ப்போடு உற்சாகமாக நண்பர்களுடன் வேகமாக மடத்தினுள் நுழைந்தார். ஆனால், மடம் அவரை மட்டும் உள்ளே அனுமதிக்கவில்லை. ஒரு கை அவரை வலுக்கட்டாயமாக வெளியே பிடித்துத் தள்ளியது. "நீ பிராமணன் இல்லை. அதனால் உன்னை அனுமதிக்க முடியாது" என்று மடத்து நிர்வாகிகள் திட்டவட்டமாகக் கூறினர். அப்போதுதான் ராமசாமி உணர்ந்தார், தன்னைப்

பிடித்து வெளியே தள்ளிய கை மனிதனுடையது அல்ல; மதத்தினுடையது என்று! இத்தனைக்கும் அது ஒரு செட்டியாரின் மடம். பிராமணர்கள் சாப்பிட்டால் மட்டும்தான் தனக்குப் புண்ணியம் என்பது அந்தச் செட்டியாரின் மூட நம்பிக்கை. ராமசாமிக்கோ வயிற்றில் பசித் தீ! கண்களிலோ நீர். ஆத்திரமும் ஆவேசமும் உள்ளுக்குள் புரண்டது. அதைவிட பசி அவரை அதிகமாகப் புரட்டி எடுத்துக்கொண்டு இருந்தது. வேறு வழியில்லை. திரும்பிப் பார்த்தார். மடத்து வாசலில் குவியலாக எச்சில் இலைகள். இனி, மான அவமானம் பற்றி யோசிக்க அவகாசம் இல்லை என முடிவு செய்தார். ஆம்... இன்று எத்தனையோ தமிழர்கள் வயிறார உண்பதற்குக் காரணமான பெரியார் எனப்படும் ஈ.வெ.ராமசாமி, அன்று எச்சில் இலைகளின் முன் கண்ணீரோடு அமர்ந்தார். 'மனிதனை மனிதன் ஏன் வெறுக்க வேண்டும்? எது அவர்களிடத்தில் வெறுப்பை ஏற்படுத்துகிறது?' என உள்ளுக்குள் ஓராயிரம் கேள்விகள் பிறந்தன. அன்று அவருடைய வயிறு நிறைந்தது. ஆனால், மனம் பள்ளத்தாக்காக வெறுமையில் உழன்றது.

காசியில் இனி பிழைப்பு ஓட வேண்டுமானால் பிராமணனாக இருந்தால் மட்டுமே சாத்தியம் என்பதை உணர்ந்துகொண்டார் ராமசாமி. மொட்டை அடித்துக்கொண்டார். தாடி, மீசையை மழித்துக்கொண்டார். நெற்றியில் பட்டையாக விபூதி அணிந்தார். ஏற்கெனவே செக்கச் சிவந்த மேனி. கேட்கவா வேண்டும்...! பூணூல் அணிந்ததும் அசல் பிராமணனாகவே மாறிவிட்டார் ராமசாமி. வழியில் தென்பட்ட ஆசாமிகளெல்லாம் சாமி எனக் கையெடுத்துக் கும்பிட்டனர். கச்சிதமான வேஷத்துக் கேற்ப ஒரு சைவ மடத்தில் வேலையும் கிடைத்தது. கருக்கலிலேயே எழுந்து குளித்து முடித்து பூ பறிக்கும் வேலை. பூ பறிப்பது சுலபமான வேலைதான்; ஆனால், விடிகாலையிலேயே குளித்தாக வேண்டுமே, அதுதான் பிரச்னை! ஒரு நாள் நம்மவர் கங்கைக் கரையில் சுற்றுமுற்றும் பார்த்துவிட்டுத் தலைக்குத் தண்ணீர் தெளித்துக்கொண்டு, குளித்ததாகப் பேர்பண்ணிவிட்டுக் கிளம்பியபோது கையும் மெய்யுமாகப் பிடிபட்டார். அவர் பிராமணர் இல்லை எனத் தெரிய வர, அங்கிருந்தும் விரட்டியடிக்கப்பட்டார். தொடர்ந்து பசியும் பட்டினியுமாகக் காசி வீதிகளில் தெருத்தெருவாக அலைந்தார். பிச்சை எடுத்தார். முன்னோர் கடன் கழிப்பதற்காக கங்கைக் கரையில் பிண்டம் வைக்கப்பட்ட உணவை எடுத்து உண்டார்.

'சாதாரண மனிதர்களுக்கு இங்கே மரியாதை இல்லை; வஞ்சகர்களும், பித்தலாட்டக்காரர்களும், காம வியாபாரிகளும், போதைப்பொருள் கடத்துபவர்களும் மட்டுமே இங்கு குப்பை கொட்ட முடியும்' என்பதை உணர்ந்தார் ராமசாமி. ஒருகட்டத்தில் காசியை விட்டுப் புறப்பட்டு ஆந்திரா வந்து, ஒரு நண்பரின் வீட்டில் தங்கினார். வீட்டு நினைவு ஒருபுறம், மனைவி நாகம்மையின் நினைவு ஒருபுறம் என மனதை அலைக்கழிக்க, தூக்கம் வராமல் புரண்டுகொண்டு இருந்த ஓர் இரவில், வாசல்கதவு தட்டப்படும் சத்தம் கேட்டது. வீட்டுக்காரரானசுப்பிரமணிய பிள்ளை எழுந்துபோய்க் கதவைத் திறந்தார். வந்தவரின் குரல் ராமசாமியின் காதுகளில் விழுந்து, முதுகுத்தண்டை சில்லிட வைத்தது. சட்டென எழுந்து கதவருகே சென்றார் ராமசாமி. வாசலில் நின்றுகொண்டு இருந்தவர் அப்பா வெங்கட்ட

வாரணாசியில் பெரியார் மலர் கொய்தல்

நாயக்கர். சட்டென அவருக்குத் தன் மகனை அடையாளம் தெரியாவிட்டாலும், அடுத்த நொடியே சுதாரித்துப் புரிந்துகொண்டு, "ராமா, என்னை மன்னிச்சுடுடா! இனிமே உன்னைத் திட்ட மாட்டேன்டா!" எனக் கதறியபடி தன் மகனை ஆவேசமாக இழுத்து அணைத்துக் கொண்டு குலுங்கினார் வெங்கட்ட நாயக்கர்.

# 5

என்னைப் பொறுத்தவரையில் ஒரு மனிதர் யாராக இருந்தாலும், அவர் தமிழ்ப் பற்று உடையவர் என்று கருதினால், நான் அவருக்கு அடிமையே ஆவேன்!

- **பெரியார்**

**ச**ந்தடிகள் மெள்ள ஓய்ந்துகொண்டு இருந்த ஈரோடு நகர சந்தையின் இரவு நேரம்.

கடைகள் ஒவ்வொன்றாக அடைக்கப்பட, கணக்குப் பிள்ளைகளுடன் வியாபாரிகள் வெளியேற, சாவிக்கொத்துடன் வெளியே வந்தார் வெங்கட்ட நாயக்கர். மனசு முழுக்கக் கலக்கம்.

'சே... எப்பேர்ப்பட்ட அவமானம்! மண்டி நாயக்கர் மகன் கடன் வாங்குவதா?'

விஷயம் வேறொன்றுமில்லை. சித்த வைத்தியம் படித்துக்கொண்டு இருந்த அவரது மூத்த மகன் கிருஷ்ணசாமி யாரிடமோ ஆயிரம் ரூபாய் கடன் வாங்கி, அதைத் திருப்பித் தரவில்லையாம். கடன் கொடுத்தவர்கள் நாயக்கரிடம் புகார் கொடுத்துவிட்டார்கள். இதுதான் அவரது உளைச்சலுக்குக் காரணம்.

ஆனால், அதேசமயம் இளைய மகன் ராமசாமியை நினைத்தபோது, அவருக்கு ஆச்சர்யம்! என்ன சிக்கனம்! என்ன சாமர்த்தியம்! காசியில் சோறு தண்ணி இல்லாமல் தெருவில் பிச்சை எடுத்துச் சாப்பிட்ட போதுகூட, ராமசாமி கையோடு எடுத்துச் சென்ற நகை நட்டில் ஒரு குண்டுமணிகூட விற்கவில்லை. அவனது புத்தி சாதுர்யத்தை நினைத்துப்

ஈரோடு நகர சபைத் தலைவராக பெரியார்

பார்த்தால், அவருக்கு ஒருபக்கம் சிரிப்பாகவும், இன்னொரு பக்கம் சந்தோஷமாகவும் இருந்தது.

அதனால்தான் ராமசாமியை திரும்ப ஈரோடுக்கு அழைத்து வந்தபோது, அவன் துணி மூட்டையில் பொத்திவைத்திருந்த அத்தனை நகைகளையும் பேருந்து நிலையத்தில் வைத்தே உடம்பு முழுக்கப் போட்டுக்கொள்ளச் செய்து, 'பார், என் மகனை! ஓடிப்போனாலும் ஊதாரித்தனமாக இல்லாமல் போட்ட நகைகளுடன் திரும்ப வந்திருக்கிறான்!' என ஊருக்குச் சொல்லும்விதமாக வீதியில் பெருமையுடன் நடத்திக் கூட்டி வந்தார்.

'ஒரு மகன் சிக்கனத்தின் சிகரமாக இருக்க, இன்னொருவனோ ஊரில் கடன் வாங்கித் தன் மானத்தை வாங்கிவிட்டானே... நாளைக்கு அவனுக்குச் சரியான பாடம் புகட்ட வேண்டும்!' என யோசித்தபடியே கால்களை வீசி நடை போட்டார்.

மறுநாள், வீட்டில் வெங்கட்ட நாயக்கர் நாற்காலியில் வீற்றிருக்க, அவரைச் சுற்றிப் பெரும் கூட்டம். ஒருபுறம் மூத்த மகன் கிருஷ்ணசாமி வெட்கத்துடன் தலை குனிந்து நின்றிருக்க, வேலைக்காரர்கள் ஒற்றை ரூபாய் நாணயங்களை வரிசையாக நீளமாக அடுக்குவதில் மும்முரமாக இருந்தனர். கிருஷ்ண சாமிக்குக் கடன் கொடுத்த நபர், இந்தக் காட்சியை ஆச்சர்யத்துடன் பார்த்துக்கொண்டு இருந்தார். நாணயங்கள் முழுவதுமாக அடுக்கி முடிக்கப்பட்டபோது, அந்த வரிசை கூடத்தைத் தாண்டி, வாசலைத் தாண்டி, தெரு வரை நீண்டிருந்தது.

வெங்கட்ட நாயக்கர் கிருஷ்ண சாமியை அழைத்து, "மகனே... நீ கடன் வாங்கிச் செலவழித்த தொகை எத்தனை பெரியது என்பதை உணர்த்தத்தான் இப்படி வரிசையாக அடுக்கச் சொன்னேன். இனியாவது, பணத்தின் அருமையை உணர்ந்துகொள்!" என அறிவுறுத்தினார். பின்பு, கடன் கொடுத்தவரிடம் அந்த நாணயங்களை மொத்தமாக அள்ளிச் செல்லும்படி உத்தரவிட்டார். அன்று முழுக்க அவருக்கு நிம்மதி இல்லை. இனியும் இந்தக் கதை தொடர்ந்தால், மண்டி நாயக்கர் மற்றவர்களிடம் மண்டியிட வேண்டி வந்துவிடுமோ எனும் கவலை அவரைப் பீடித்திருந்தது.

அன்று இரவே அதிரடியாக ஒரு முடிவு எடுத்தார் நாயக்கர். மைனர் மகாதேவனாக வலம்வந்து கொண்டு இருந்த ராமசாமியை ஈரோட்டின் மதிப்பு மிக்க மனிதனாக மாற்றிய முடிவு அது.

தன் வியாபாரம், தனது வெளிவட்டாரப் பழக்கவழக்கம், வகித்துவந்த ஊர்ப் பதவிகள் அனைத்துக்கும் ராமசாமிதான் வாரிசு என சம்பந்தப்பட்ட ஆட்களிடம் தெரிவித்தார் நாயக்கர். தந்தை தன் மீது வைத்திருக்கும் நம்பிக்கையை நினைத்து ராமசாமிக்குப் பெரும் வியப்பு. கூடவே உள்ளத்தில் உறுதியும் பொறுப்பு உணர்வும் சேர்ந்துகொண்டன.

"மகனே, துட்டுதான் வாழ்க்கை. கையில் காலணா காசு இல்லைன்னா, ஒரு பய உன்னை மதிக்க மாட்டான். அதே போல, உன்னை நம்பி யாராவது பொறுப்பு கொடுத்தால், அதை உயிரைக் கொடுத்தாவது செய்து முடி. மத்தபடி எல்லாம் உன் இஷ்டம்!"

அந்த வார்த்தைகள் ராமசாமியின் இதயத்தில் கல்வெட்டுகளாகப் பதிந்தன.

அடுத்த நாளே, ஈரோடு பலசரக்குச் சந்தையில் பரபரப்பு! அதுவரை வெங்கட்ட நாயக்கர் மண்டி என இருந்த பெயர்ப் பலகை, 'ராமசாமி நாயக்கர் மண்டி'யாக மாறியது. கூடவே ராமசாமியின் வேஷமும் மாறியது. கணக்குப்பிள்ளை, பட்டாமணியக்காரர், ரெவின்யூ இன்ஸ்பெக்டர், டாக்டர், வக்கீல், டெபுடி கலெக்டர், முன்சீப், மாஜிஸ்திரேட் போன்ற பதவியாளர்கள் இப்போது ராமசாமிக்கு வணக்கம் போட ஆரம்பித்தனர். வெள்ளைக்கார அதிகாரிகளின் பழக்கமும் ஏற்பட்டது. அவர்களைப் பார்க்க போகும்போதெல்லாம் வெங்கட்ட நாயக்கர் தன் மேல் சட்டையைக் கழற்றிச் சுருட்டிக் கக்கத்தில் வைத்துக் கொள்வது வழக்கம். ஆனால், ராமசாமிக்கு அது எதுவும் பிடிக்காதே!

ஒருமுறை வெங்கட்ட நாயக்கரே பதற்றத்துடன் வெள்ளை அதிகாரிகள் முன்பு ராமசாமியின் சட்டையைக் கழற்றும்படி சொல்ல, "நீ வண்டி நாயக்கர் மகனாப் பிறந்ததால், இவனுங்களுக்கெல்லாம் கூழைக் கும்பிடு போடலாம். நான் ஈரோடு மண்டி நாயக்கர் மகன். எவனுக்கும் பயப்பட வேண்டிய அவசியம் எனக்கில்லை!" என அழுத்தமாக அதற்கு முற்றுப்புள்ளி வைத்தார் ராமசாமி.

1911—ல் ஒரு நாள், வெங்கட்ட நாயக்கர் தனது உலக வாழ்க்கையைத் துறந்தபோது, ஈரோட்டின் சகல காரியங்களையும் தீர்மானிக் கும் மகத்தான சக்தியாக மாறியிருந்தார் ராமசாமி.

மக்களிடத்திலும் அதிகாரிகளிடத்திலும் அவரது மதிப்பும் செல்வாக்கும் பன்மடங்கு உயர்ந்திருந்தது. அவரது சிக்கன குணமும் நேர்மையும் வியாபாரத்தில் அவரைச் சிகரத்துக்கு இட்டுச் சென்றன. பிளேக் நோய் வந்து ஈரோடு நகரமே மரண பயத்தில் திணறியபோது, பாதிக்கப்பட்ட நோயாளிகளைத் தமது தோளில் சுமந்து மருத்துவமனைகளுக்கு அவர் ஓடிய காட்சி, மக்கள் மனங்களில் ராமசாமியை ஒப்பற்ற நாயகனாக மாற்றியது.

"முதல்ல நாயக்கர் வரட்டும், அதுக்கப்புறம்தான் எல்லாம்!" என நகரத்தில் நல்லது கெட்டது எல்லாவற்றுக்கும் ராமசாமியை எதிர்பார்த்தனர். கோர்ட் வழக்குகளிலும் தீர்ப்பு சொல்வதற்கு முன், 'எதுக்கும் ராமசாமிகிட்ட ஒரு தடவை கேட்டுட்டுத் தீர்ப்பு சொல்வோம்' என மாஜிஸ்திரேட்டுகளே மண்டிக்கு ஆள் அனுப்பிய அதிசயமும் நடந்தது.

ஈரோடு மாவட்ட தேவஸ்தான கமிட்டிக்கு ராமசாமி தலைவரான போது, "ஏற்கெனவே சாஸ்திர சம்பிரதாயத்தை எல்லாம் ராமசாமி மதிக்க மாட்டான். இவன் பதவிக்கு வந்தா, கோயிலெல்லாம் என்ன கதிக்குள்ளாகப் போகுதோ?" என ஆத்திகர்கள் பதறினர். ஆனால், அதே ஆத்திகர்கள் வாயடைத்து நிற்கும்விதமாக, கடனில் தவித்த கமிட்டியை மீட்டு, கோயில்களில் ஆறு கால பூஜைகள் நடத்தி, 45,000 ரூபாய் லாபத்துக்கு மாற்றி, தனது தனிப்பட்ட கொள்கைகளுக்கும் பொது நலச்

செயல்பாட்டுக்கும் இடையிலான வித்தியாசத்தை உலகுக்குத் தெரியப்படுத்தினார் ராமசாமி.

இப்படியாக மக்கள் சேவை, மண்டி வியாபாரம் என ஈரோடு நகரத்தையே எண்ணமும் உடலு மாகச் சுற்றிச் சுழன்றவருக்கு, புதிதாக ஒரு பெரும் பதவி தேடி வந்தது. ஈரோடு நகராட்சி மன்றத் தலைவராக ராமசாமி பொறுப்பேற்றுக்கொண்டதும், நகரம் துரிதமாகப் புதுப்பொலிவு பெற ஆரம்பித்தது. போக்குவரத்துக்கு இடைஞ் சலாக இருந்த ஆக்கிரமிப்புக் கட்டடங்கள் இடிக்கப்பட்டன. பணக்கார வியாபாரிகள் சிலர் வயிற்றெரிச்சலில் புலம்ப, நகரத்து மக்கள் ராமசாமியின் புகழை வாயாரப் பாடியபடி சுதந்திரமாகச் சாலையைக் கடந்தனர். குடிநீர்க் குழாய்கள் இணைக்கப்பட்டு, வீடுகளுக்குள் முதன்முறையாகத் தண்ணீர் கொட்டத் தொடங்கியது.

இந்த மகிழ்ச்சியின் அலை பக்கத்து நகரான சேலத்தை எட்டியது. அப்போதைய சேலம் நகராட்சிக்குத் தலைவராக இருந்த காங்கிரஸ் தலைவர் ஒருவருக்குப் பயங்கர ஆச்சர்யம்! 'யார் இந்த ராமசாமி? சொல், செயல், தொண்டுள்ளம் என எல்லா விஷயங்களிலும் இப்படியரு நிகரற்ற தனித் தன்மையுடன் நின்று விளையாடு கிறாரே... ஆளை எப்படியாவது இழுத்து காங்கிரசுக்குள் போட்டால் காந்திஜி சந்தோஷப் படுவாரே!' என நினைத்தபடி தனது நண்பர் டாக்டர் வரதராஜுலு நாயுடுவிடம் விசாரிக்க, அவரும் ராமசாமியின் ரசிகராக இருந்தார்.

அடுத்த நாளே, ஏதோ கோர்ட் விஷயமாகக் காரியம் பண்ணிக்கொண்டு இருவரும் ராமசாமியைச் சந்திக்க, ஈரோடு புறப்பட்டுச் சென்றனர்.

ராஜாஜி என்றும் ராஜகோபாலாச்சாரியார் என்றும் பிற்காலத்தில் மக்களால் அறியப்பட்ட அந்த சேலம் நகராட்சி மன்றத் தலைவர், தன் நண்பரோடு புறப்பட்ட அந்தப் பயணம், இருபதாம் நூற்றாண்டுத் தமிழக வரலாற்றின் பிரமாண்டமான மாற்றங்களை உள்ளடக்கியது என்பதை நிச்சயமாக அவர்களாலும் அப்போது ஊகித்திருக்க முடியாது!

அஜயன் பாலா ✦ 41

# 6

'பொதுக் காரியங்களில் ஈடுபடுகிறவர் யாராவது தன் கவுரவத்தைப் பற்றிச் சிந்திக்கிறார் என்றால், அவர் தன் சொந்த கவுரவத்துக்காகப் பொதுக் காரியத்தைப் பயன்படுத்திக்கொள்பவரே ஆவார்!'

- பெரியார்

இருபதாம் நூற்றாண்டின் தமிழக அரசியல் வரலாற்றில் நட்பு எனும் அத்தியாயத்தை எழுதப்போனால், உலகின் தலைசிறந்த நாவல்களும் தோற்றுப்போகும்! கோப் பெருஞ்சோழன் பிசிராந்தையார் நட்பு போல, பெரியார் ராஜாஜியின் நட்பும் ஆழமானது!

அன்று, சேலம் நகர மன்றத் தலைவராக இருந்த ராஜ கோபாலாச்சாரியார் என்றழைக்கப்பட்ட ராஜாஜி, ஈரோடு வந்து ராமசாமியாரைச் சந்தித்தது ஆரம்பம். தொடர் சந்திப்புகளில், காங்கிரஸில் சேருமாறு அழைப்பு விடுத்தார் ராஜாஜி. ராமசாமியாரும் அதனை ஏற்றுக்கொண்டு காங்கிரஸில் சேர்ந்து தமிழக அரசியலில் அடியெடுத்துவைத்தார். தமிழ்நாட்டில் அப்போது நிலவிவந்த அரசியல் சூழ்நிலையைத் தெரிந்துகொண்டால்தான், ராமசாமியாரின் அரசியல் வருகையில் உள்ள முக்கியத்துவத்தை நம்மால் முழுவதுமாகப் புரிந்துகொள்ள முடியும்.

1914 உலக வரலாற்றில் பல மாறுதல்களை ஏற்படுத்திய ஆண்டு. முதல் உலகப் போர், ரஷ்யாவில் லெனின் தலைமையில் சோஷலிசத்தின் எழுச்சி, தென் ஆப்பிரிக்காவிலிருந்து காந்தியின் இந்திய வருகை எனப் பல முக்கிய நிகழ்வுகள் அந்த ஆண்டில்தான்

தந்தை பெரியார் - ராஜாஜி

நிகழ்ந்தன. தமிழ்நாட்டிலும் அதிசயிக்கத் தக்க சம்பவம் ஒன்று நிகழ்ந்தது. படித்த இளைஞர்கள் சிலர் அந்த ஆண்டு சென்னை, திருவல்லிக்கேணி இந்து உயர்நிலைப் பள்ளியில் கூடி விவாதித்தனர். அவர்களது பேச்சில் உணர்ச்சியும் உஷ்ணமும் அதிகம் இருந்தன. அவர்களின் கோபத்துக்குக் காரணம், அன்றைய பிரிட்டிஷ் ஆட்சிமட்டு மல்ல; அதன் அரசாங்கப் பதவிகளும்கூட!

சப் கலெக்டர், ஜட்ஜ், தாசில்தார், வக்கீல், ரெவென்யூ இன்ஸ்பெக்டர் போன்ற உயர் பதவிகள் பலவற்றில் பிராமண சமூகத்தினரே பரவலாக ஆதிக்கம் செலுத்தி வந்தனர். டெபுடிகலெக்டர்கள், சப் ஜட்ஜுகள், மாவட்ட முன்சீப்கள் என அரசாங்கத்தின் அனைத்துப் பிரிவுகளிலும் அவர்களே அதிக எண்ணிக்கையில் பதவியில் இருந்தனர். மற்ற சாதிகளில் இருந்த படித்த இளைஞர்கள் அரசாங்கப் பதவிகளுக்கு வருவதற்கு இது பெரும் தடையாக இருந்தது. இதுதான், அன்றுகூடிப் பேசிய இளைஞர்களின் விவாதத்தின் சாராம்சம். விளைவு, 1916 நவம்பர் 20ல், சென்னை பூந்தமல்லி நெடுஞ்சாலையில் வக்கீல் எத்திராஜ் என்பவர் வீட்டில் டாக்டர் நடேசன், சர்.பி.டி. தியாகராயர், டி. எம். நாயர், பனகல் அரசர் போன்றோர் தலைமையில்

சுமார் 30 பேர் ஒன்று கூடினர். புதிய இயக்கம் ஒன்று உதயமானது. 'தென்னிந்திய உரிமை நலச் சங்கம்' என்ற பெயரில் அன்று உருவான அந்த இயக்கம், தனது அடுத்தடுத்த மாநாடுகளால் தென்னிந்தியா முழுக்கப் பெரும் எழுச்சியையும் அலையையும் மக்கள் மத்தியில் உண்டாக்கியது. அவர்கள் தங்களைத் 'திராவிடர்' என அடையாளப்படுத்திக் கொண்டனர்.

அரசாங்கப் பதவிகளில் பிராமணர் அல்லாத இளைஞர்களுக்கு வேலைவாய்ப்பில் வகுப்புவாரி முறையில் பிரநிதித்துவம் தரப்பட வேண்டும் என்ற கோரிக்கையை மாநாடுகள் தோறும் முழங்கினர். இதையட்டி தங்களது கருத்துக்களை மக்களிடத்தில் கொண்டுசெல்லும்விதமாகப் பத்திரிகைகளையும் துவக்கினர். தமிழ், தெலுங்கு, ஆங்கிலம் ஆகிய மும்மொழிகளில் அவை மக்களிடையே பரபரப்பாக விற்பனையாகி, கட்சிக்குப் புதிய அந்தஸ்தையும் கௌரவத்தையும் ஏற்படுத்தின. அவர்கள் நடத்திய 'ஜஸ்டிஸ்' எனும் ஆங்கிலப் பத்திரிகையின் பெயரே நாளடைவில் மக்களிடையில் அதிகமாகப் புழங்கத் துவங்கி, பிற்பாடு அக்கட்சியின் பெயரையும் மக்கள் ஜஸ்டிஸ் கட்சி என்றே அழைத்தனர். இந்த 'ஜஸ்டிஸ்'தான் தமிழில் 'நீதி'யாகி பின்னர் 'நீதிக்கட்சி' என்ற பெயருடன் அரசியல் வரலாற்றில் தன்னைப் பதிந்துகொண்டது.

இந்தச் சூழலில்தான் பிரிட்டிஷ் அரசாங்கம், முதல் உலகப் போரில் தனக்கு ஒத்துழைத்த இந்தியாவுக்குத் தனது நன்றியைக் காட்டும் விதத்தில், மக்கள் தங்களைத் தாங்களே ஆட்சி செய்துகொள்ளப் பயிற்சி அளிக்கும் விதமாக மாகாணங்களில் சுய ஆட்சி வழங்கத் திட்டமிட்டது.

1919ல் சென்னையில் நடந்த முதல் மாநகராட்சித் தேர்தலில் 'நீதிக் கட்சி' பெரும் வெற்றி பெற்று ஆட்சியைப் பிடித்தது. நீதிக் கட்சியின் தலைவரான சர்.பிடி. தியாகராயர் சென்னை மாநகராட்சியின் முதல் தலைவராகத் தேர்ந்தெடுக்கப்பட்டார். அக்கட்சியை எதிர்த்துப் போட்டியிட்ட காங்கிரஸ் பேரியக்கத்தின் மற்றொரு பிரிவான அன்னிபெசன்ட் அம்மையார் தலைமையிலான சுயராஜ்யக் கட்சி படுதோல்வி அடைந்தது.

இத்தனைக்கும் வட நாட்டில் காட்டுத் தீயென தேச பக்தி கொழுந்துவிட்டு எரிந்துகொண்டு இருந்த நேரம்

அது. காந்தி மகான் மக்களிடையே புதிய நம்பிக்கை நட்சத்திரமாக உருவெடுத்திருந்தார். அங்கு காங்கிரஸ், மக்கள் போற்றும் மகத்தான கட்சியாக மாறி இருந்தது. ஆனால், தென்னாட்டில் காங்கிரசுக்கு மக்களிடத்தில் போதிய செல்வாக்கு இல்லை என்பதைத் தேர்தல் நிரூபித்துவிட்டது.

காந்திக்கு இந்த விஷயம் தெரிந்து, தென்னாட்டில் காங்கிரஸைப் பலப்படுத்துவது குறித்து தீவிரமாக யோசிக்கத் துவங்கினார். இது சம்பந்தமாக அப்போதைய காங்கிரஸ் பேரியக்கத்தின் தென்னாட்டுத் தலைவர்களில் ஒருவரான ராஜாஜியிடம் அவர் தெளிவாக ஒரு விஷயத்தை எடுத்துரைத்தார். இனி, தென்னாட்டில் காங்கிரஸ் பேரியக்கத்தை வளர்க்க வேண்டுமானால், அதைப் பிராமணரல்லாத ஒருவரை வைத்துதான் செய்ய முடியும்; நல்ல பேச்சு வன்மையும் தேச பக்தியும்கொண்ட தலைவராக இருந்தால், நீதிக் கட்சியை முழுவதுமாக ஓரங்கட்டிவிடலாம் என்பதே அது!

இச்சமயத்தில்தான் ராஜாஜிக்கு ஈரோட்டில் ராமசாமி எனும் தலைவரின் சாகசங்களும் அருமை பெருமைகளும் தெரிய வந்தன. ராமசாமியாருக்கு காங்கிரஸ் மீது, எப்போதும் ஒரு அபிமானம் உண்டு. ஜாலியன் வாலாபாக் படுகொலைச் சம்பவம் பற்றிக் கேள்விப்பட்டதுமே

துடித்துப்போன ராமசாமியார், வ. உ. சி. உட்பட 50க்கும் மேற்பட்டவர்களை ரயிலில் அழைத்துச்சென்று அந்த இடத்தில் கண்ணீர் மல்க நின்றிருக்கிறார். தன்னைத் தேடி வரும் காங்கிரஸ் தொண்டர்களுக்குப் பொருளுதவியும் பலமுறை செய்திருக்கிறார். என்றாலும், அப்போதெல்லாம் காங்கிரஸில் அடிப்படை உறுப்பினர் பதவியைக்கூட அவர் ஏற்றிருக்கவில்லை. எனினும் ராஜாஜியின் மீது கொண்டிருந்த நட்பால், அவரது அழைப்புக்கு உடனே ஒப்புக்கொண்டார். தீண்டாமை ஒழிப்பு, மது ஒழிப்பு, விதவைத் திருமணம், கதராடை இயக்கம் என இந்த நான்கு கொள்கைகளையும் கேட்ட மாத்திரத்திலேயே ராமசாமி அவர்களுக்கு காந்தியின் மேல் அளவற்ற மதிப்பும் மரியாதையும் உண்டாகிவிட்டது.

"இனி கண நேரமும் நாம் தாமதிக்கக் கூடாது. இந்தத் தேசத்தை அடிமைத்தளையிலிருந்து விடுவிக்க, காந்தியின் கரத்தை வலுப்படுத்த இதுவே சரியான தருணம். உங்களது நகராட்சி மன்றப் பதவியை ராஜினாமா செய்யுங்கள். நானும் சேலம் நகர மன்றத் தலைவர் பதவியை

ராஜினாமா செய்துவிடுகிறேன்" என ராஜாஜி துரிதப்படுத்த, ராமசாமியார் முழு மனமின்றித் தயங்கினார்.

"நாயக்கரே! உங்களுக்கு என்னதயக்கம் இருந்தாலும் வெளிப்படையாகக் கேளுங்கோ!"

"இல்லை... தமிழ்நாட்டைப் பொறுத்தவரைக்கும் காங்கிரஸ் கட்சின்னாலே அது உங்க சாதிக்காரங்க கட்சியாதான் இருக்குது."

"அதனாலதான் உங்களைக் கூப்பிடறேன். நீங்க வந்து அந்த அவப் பேரை மாத்திடுங்கோ!"

"அது போதாது! எனக்கு நீங்க ஓர் உத்தரவாதம் தரணும். கட்சியிலேயும் உத்தியோகத்திலேயும் உங்க சாதிக்காரங்க இல்லாத மத்த சாதிக்காரங்களுக்கு 50 சதவிகிதம் நீங்க விட்டுக்கொடுத்துடணும். அதுக்குச் சம்மதம்னா சொல்லுங்க, இப்பவே காங்கிரஸ் கட்சியிலே சேர்ந்துடறேன். அதுக்கப்புறம் வெள்ளைக்காரனுக்கு பூட்ஸ் துடைக்கிற ஜஸ்டிஸ்காரனுங்களை உண்டு இல்லைன்னு பண்ணிப்புடலாம்!"

ராஜாஜி தயங்கவும், "யோசிக்கிறீங்க பாத்தீங்களா! உங்களால அது முடியாது!" என்றார் ராமசாமி.

"அதில்லை நாயக்கரே! நான் மட்டும் எடுக்கிற முடிவில்லை அது. சரி, கவலையை விடுங்க. அடுத்து நடக்கப்போற திருப்பூர் மாநாட்டுல நானே இதுக்கான தீர்மானத்தைக் கொண்டுவந்து நிறைவேத்துறேன். கையைக் கொடுங்கோ, இதைப் போய்ப் பெரிசா எடுத்துக்கிட்டு..." நண்பர்கள் கைக் குலுக்கிக்கொண்டனர்.

அந்த வாக்குறுதியை நிறை வேற்றுவது அத்தனை எளிதல்ல என்பது ராஜாஜிக்கு நன்றாகத் தெரியும். அப்போதைக்கு வேறு வழி தெரியாமல் வெறுமனே ஒப்புக்குத் தலையை ஆட்டிவிட்டார். பின்னால் பிரச்னை வரும்போது எப்படியாவது பேசி நாயக்கரைச் சமாளித்துவிடலாம் என்பது ஆச்சாரியாரின் கணக்கு.

ஆனால், அது தப்புக் கணக்கு என்பது ஆறு வருடங்களுக்கு பிறகுதான் அவருக்கு உறைத்தது.

அஜயன் பாலா ✦ 47

# 7

ஆழ்ந்து யோசித்தால், காதலின் சத்தற்ற தன்மை, பொருளற்ற தன்மை, உண்மையற்ற தன்மை, நித்யமற்ற தன்மை அதைப் பிரமாதப்படுத்தும் அசட்டுத் தன்மை ஆகியவை எளிதில் விளங்கிவிடும்!

**- பெரியார்**

**தொ**ண்டுள்ளம் என்பது மனிதருள் அரிதாகக் காணப்படும் ஒரு விஷயம். அப்படியே சிலரிடத்தில் அது காணப்பட்டாலும் சோறு, தண்ணீர், தூக்கம் போல் அது அவர்களது வாழ்வின் மற்றொரு காரியம். ஆனால், ராமசாமியாருக்கோ அது ரத்தமும் சதையுமாக பிறக்கும்போதே உடலோடு ஒட்டிப் பிறந்த ஒன்று. அதனால்தான் ராஜாஜி மூலமாக காந்தியைப் பற்றியும் அவரது கொள்கைகளைப் பற்றியும் கேள்விப்பட்ட உடனேயே அவரது உள்ளம் நெருப்பலைகளாகப் பொங்கிப் பிரவகித்தன. காந்தி அவருக்குள் ஒரு கதாநாயகனாக உருவெடுத்தார். அதுவரை தன்னைப் பீடித்து வந்த சிகரெட், புகையிலை போன்ற பழக்கவழக்கங்களுக்கு ஒரே நாளில் நிரந்தர முடிவு கட்டினார்.

ஆங்கிலேய ஆதிக்கத்தை எதிர்த்து, ராஜாஜி சேலம் நகர் மன்றத் தலைவர் பதவியை ராஜினாமா செய்த அதே நாளில், ராமசாமியாரும் தனது ஈரோடு நகர் மன்றத் தலைவர் பதவியைத் தூக்கி எறிந்தார். அப்போது தீவிரமாக இருந்த காந்தியின் ஒத்துழையாமை இயக்கத்துக்குக் கட்டுப்படும் வகையில் கோர்ட் நடவடிக்கை மூலம் தனக்கு வர

வேண்டியிருந்த ரூபாய் 50,000 பணத்தையும் நிராகரித்தார். தான் வகித்து வந்த 29 முக்கியப் பதவிகளையும் ஒரே நாளில் துறந்து, கதர் வேட்டி சட்டை, கதர் குல்லா, தோளில் பை எனச் சாதாரணத் தொண்டனாக மாறி ஈரோட்டையே அதிசயிக்கவைத்தார்.

மனைவி நாகம்மையை அழைத்தார்.

பொதுக் கூட்டங்களில் ராமசாமியாரின் பேச்சுக்கு பலத்த கைதட்டல்கள் கேட்டன. இதுநாள் வரை தொண்டைத் தண்ணி வறள தாங்கள் மணிக்கணக்கில் மைக்கில் பேசியும் மசியாத கூட்டம், ராமசாமியாரின் பேச்சில் மகுடிப் பாம்பாய் மயங்கி, கதர் சட்டைக்கு மாறுவது கண்டு ஆச்சர்யப்பட்டனர். இத்தனைக்கும் அவரது பேச்சில் மணிப்பிரவாள மொழி நடை கிடையாது. சாக்ரடீஸ், பிளாட்டோ என மிரளவைக்கும் பிரமாண்டங்கள் துளியும் இல்லை. ஆனால், 'உண்மை' இருந்தது. அந்த ஒன்றுதான் பாமரர்களையும் அவரை நோக்கிச் சுண்டி இழுத்தது.

அஜயன் பாலா ♦ 49

தீண்டாமை, மதுவிலக்கு, கதர் என எதைப் பற்றி அவர் பேசினாலும் பேச்சில் நெருப்புத் துண்டங்கள் தெறித்து விழுந்தன. கேட்போரின் மடமையை அவை அடித்து நொறுக்கி அறிவின் பெரு வெளிச்சத்தையும் தேசப் பற்றையும் ஊட்டி வளர்த்தன. ராமசாமியாரின் இந்த அபாரப் பேச்சுத் திறமையால் தமிழ்நாட்டில் ஆமையாக இருந்த காங்கிரஸ், சிங்கமாக வீறுகொண்டு எழுந்தது. எங்கு கூட்டம் நடத்தினாலும் 'முதலில் ராமசாமியாரைக் கூப்பிடுங்கள். அவர் பேரைச் சொன்னால்தான் கூட்டமே கூடுகிறது' எனுமளவுக்கு அவரது புகழ் தமிழ்நாடு முழுக்கப் பரவியது. ராமசாமியாரின் இந்த அபரிமிதமான வளர்ச்சியில் அவருக்குப் பின்னிருந்து ராஜாஜி முழு முனைப்பாகச் செயல்பட்டார். அதற்குக் காரணமும் இருந்தது.

அப்போதைய அரசியல் சூழலில் தன் முக்கிய எதிரிகளான அன்னிபெசன்ட், தீரர் சத்தியமூர்த்தி, ஆகியோரை வீழ்த்த முடியாமல் ராஜாஜி திணறிக்கொண்டு இருந்தார். இந்தச் சூழலில் தன்னால் கண்டுபிடிக்கப்பட்ட ராமசாமியாரின் வளர்ச்சி அவரை மிகவும் சந்தோஷப்படுத்தியது. இதன் விளைவாகத்தான் திருச்செங்கோட்டில் தன்னால்

துவக்கப்பட்ட காந்தி ஆசிரமத்தை ராமசாமியாரின் கைகளால் திறக்கச் செய்தார். தன் அழைப்பின் பேரில் திருச்செங்கோடு ஆசிரமத்துக்கு காந்தி வருகை தந்தபோது, அப்படியே ஈரோட்டில் ராமசாமியாரின் வீட்டுக்கும் அவரை அழைத்துச் சென்றார் ராஜாஜி. அங்கே கள்ளுக் கடை மறியல் குறித்த உரையாடலின்போது ராமசாமியாரிடம் காணப்பட்ட செயல் தீவிரம் காந்தியை ஆச்சர்யப்படுத்தியது. தனது குடும்பத்துப் பெண்களை வீட்டில் பூட்டி சாவியை இடுப்பில் செருகிக்கொண்டு பெரும்பாலான தலைவர்கள் மேடைகளில் வீராவேசம் முழங்கி வந்த காலத்தில், தனது மனைவி நாகம்மையையும் தங்கை கண்ணம்மாவையும் களத்தில் இறக்கிப் போராடவைத்த ராமசாமியாரின் துணிச்சல் காந்தியை மலைக்க வைத்தது.

1921 நவம்பரில் கள்ளுக்கடை மறியல் ஈரோட்டில் பொறி பறந்தது. எதைச் செய்தாலும் முதலில் அதைத் தன்னிடத்திலிருந்து துவங்கும் அருங்குணத்தைப் பெற்றிருந்த ராமசாமியார் சேலம் தாதம்பட்டியில் தனக்குச் சொந்தமான 500 தென்னை மரங்களை ஒரே இரவில் வெட்டிச் சாய்த்துவிட்டு போராட்டக் களத்தில் குதிக்க, ஆங்கில அரசு 144 தடை உத்தரவு பிறப்பித்தது.

ராமசாமியார் உட்பட 100 பேர் கைது செய்யப்பட்டனர். ஒரு மாத சிறைத் தண்டனை. போராட்டம் நின்றுவிட்டது என்ற நினைப்பில் இருந்த போலீஸாருக்கு நாகம்மை, கண்ணம்மாள் என இரண்டு வீர மங்கைகள் இன்னும் களத்திலிருப்பது தெரியாது. அவர்களுக்குப் பின்னால் பெண்கள் அணி அணியாக வீதியில் இறங்கினர். கிட்டத் தட்ட 10,000க்கும் அதிகமானோர் தடையை மீறி தெருவில் இறங்கி அரசாங்கத்துக்கு எதிராகக் கோஷமெழுப்பினர்.

'நிலைமை கட்டுக்கடங்காமல் செல்கிறது' என ஈரோட்டிலிருந்து சென்னைக்குத் தந்தி பறந்தது. அதைக் கண்டு பயந்த அரசு உடனடியாக 144 தடை உத்தரவை நீக்கியது. இந்தச் சம்பவத்துக்குப் பிறகு கள்ளுக் கடை மறியலைக் கைவிடும்படி ஆங்கில அரசாங்கம்,காந்தியிடம் கோரிக்கை வைத்தது. 'அது என்னிடத்தில் இல்லை. ஈரோட்டில் இரண்டு பெண்களிடத்தில்தான் இருக்கிறது.

அஜயன் பாலா ✦ 51

அவர்கள்தான் அதனை முடிவு செய்ய வேண்டும்!' என்று காந்தி கூறுமளவுக்கு, நாகம்மை கண்ணம்மாள் இருவரின் போராட்டம் சரித்திரத்தில் இடம் பிடித்தது.

இந்த நேரத்தில் காங்கிரசுக்குள் சாதித் துவேஷங்கள் தீவிரமாக இருந்தன. ஒருபக்கம் மேடையில் தீண்டாமைக்கு எதிராக ஆவேச கோஷங்கள். மறுபக்கம் மாநாடுகளில் பிராமணர்களுக்கெனத் தனிப் பந்தி. உள்ளம் குமுறும் இந்த நடவடிக்கைகள் காரணமாக பலர் புழுங்கித் தவித்தனர். இந்த சமயத்தில்தான் ராமசாமியார் எதிர்பார்த்த திருப்பூர் மாநாடு வந்தது. மாநாட்டில் தனக்கு முன்பு வாக்கு கொடுத்தது போல, பிராமணர் அல்லாதவருக்கு 50 சதவிகிதம் வகுப்புவாரி பிரதிநிதித்துவத்தை ராஜாஜி முன்மொழிந்து செயலாக்கிவிடுவார் என ராம சாமியார் நம்பினார்.

ஆனால், சரித்திரச் சக்கரம்?

# 8

பொதுவுடைமை என்பதன் தத்துவமே, மனிதன் கவலையற்று வாழ்வதுதான். சொந்த உடைமை என்பது கவலை சூழ்ந்த வாழ்வேயாகும்!

- பெரியார்

*1922,* திருப்பூர் மாநாடு... காங்கிரஸின் சமீபத்திய எழுச்சி காரணமாக கடந்த மாநாடுகளைக் காட்டிலும் இம்முறை கூட்டம் களைகட்டியிருந்தது. மாநாட்டில் வெடிக்கப்போகும் பிரச்னை குறித்து தொண்டர்களிடம் பதற்றமும் எதிர்பார்ப்பும் கூடியிருந்தது.

ராமசாமியார் வகுப்புவாரி தீர்மானத்தை முன்மொழிந்த போது, கூட்டத்தில் பெரும்பான்மை யினராக இருந்த பிராமண சமூகத்தினர் ஏற்கெனவே திட்டமிட்டிருந்தபடி, கடும் ஆட்சேபக் குரலெழுப்பி, அவரைப் பேசவிடாமல் தடுத்தனர். ராஜாஜியும், 'இம்முறை எதிர்ப்பு அதிகமாக இருக்கிறது. அடுத்த மாநாட்டில் பார்த்துக்கொள்ளலாம்' எனக் கைவிரித்துவிட, ராமசாமியாரின் உள்ளத்து உணர்வுகள் கொதிநிலையின் உச்சத்தை அடைந்தன. 'இப்போது கோபப்பட்டு ஏதேனும் முடிவெடுத்தால், தொண்டர்கள் மத்தியில் தேவை இல்லாமல் கலவரம் ஏற்பட்டுவிடும்' என சேலம் விஜயராகவாச்சாரி, திரு.வி.க., வரதராஜுலு நாயுடு, ஜார்ஜ் ஜோசப் போன்றவர்கள் அவரைக் கட்டுப்படுத்த முயற்சி செய்தனர். ஆனால், அவரது இதயமோ

குமுறிக்கொண்டு இருந்தது. அவரது முறை வந்தபோது, மேடையில் ஏறினார்.

எரிமலையிலிருந்து வெடித்துச் சிதறும் நெருப்புத் துண்டங்களாக வார்த்தைகள் தெறித்தன. மாநாட்டுப் பந்தலில் பெரும் சூறாவளி நுழைந்தது போல், அவரது உணர்ச்சி மிக்க உரை கூட்டத்தை அதிரவைத்தது. 'இந்தச் சாதி ஒழிய வேணுமானால், முதலில் சாதியத்தை இறுக்கப் பற்றிக்கொண்டு இருக்கும் வருணாசிரம தர்மத்தின் இரண்டு முக்கிய தூண்களான ராமாயணம், மனுதர்ம சாஸ்திரம் இரண்டையும் தீயிட்டுக் கொளுத்த வேண்டும். அப்போதுதான் காங்கிரஸ் உருப்படும்!' என ஆவேசத்துடன் தன் எதிர்ப்பை எதிரிகளுக்கு அழுத்தம் திருத்தமாக வெளிப்படுத்தினார்.

காங்கிரஸைவிட்டு அப்போதே வெளியேற அவரது மனம் துடித்தாலும், மகாத்மா காந்தியும் அவரது கொள்கைகளும் அவரைக் கட்டிப்போட்டன. இனி, தேச விடுதலையைக் காட்டிலும் சாதிய விடுதலையில்தான் தீவிரமாகக் கவனம் செலுத்தவேண்டும் என கங்கணம் கட்டிக்கொண்டார். அதற்கேற்றாற்போல், மதுரையில் சுற்றுப் பயணம் செய்துகொண்டு இருந்தபோது ஒரு கடிதம் வந்தது. அடுத்த நொடியே தன் வயிற்றுவலியைக்கூடப் பொருட்படுத்தாமல், திட்டமிட்டு இருந்த அத்தனை நிகழ்ச்சிகளையும் உதறித் தள்ளிவிட்டுக் கேரளாவுக்குப் புறப்பட்டார்.

வைக்கம்... கேரளத்து திருவிதாங்கூர் சமஸ்தானத்தின் அழகிய நகரம். ஆனால், அங்கிருந்த உயர்சாதி மனிதர்களின் மனங்களிலோ அழுக்கு நிறைந்திருந்தது. அவர்கள், குறிப்பிட்ட கோயில் வீதிகளில் நடந்து செல்ல தாழ்த்தப்பட்ட மக்களுக்கு அனுமதி மறுத்தனர். இதை எதிர்த்து தாழ்த்தப்பட்ட மக்கள் போராட்டத்தில் இறங்க, சமஸ்தானத்துக் காவலர்கள் அவர்களைச் சிறையில் அடைத்தனர். இந்தச் சமயத்தில்தான் ஜார்ஜ் ஜோசப், கேசவ மேனன் போன்றோர் ராமசாமியாருக்குத் தகவல் கொடுக்க, வரலாறு வைக்கம் நகரத்தை நோக்கி மையம்கொண்டது. ராமசாமியாருடன் அவரின் மனைவி நாகம்மை, தங்கை கண்ணம்மாள், கோவை அய்யா முத்து, மாயூரம் ராமநாதன் ஆகியோரும் போராட்டத்தில் குதித்தனர்.

திருவிதாங்கூர் ராஜாவுக்கு பெரும் தலைவலி! ஈரோட்டுக்குச் சென்றபோதெல்லாம் தனக்கு எத்தனையோ உதவிகள் செய்திருக்கும் ராமசாமியை உபசரிக்க அரண்மனையிலிருந்து ஆட்களை அனுப்பினார். "நான் விருந்தாளி இல்லை, போராளி! என் மேல் மதிப்பிருந்தால் தடையை விலக்கித் தீண்டாமைக்கு முடிவு கட்டுங்கள். இல்லாவிட்டால், என்னைச் சிறையில் அடையுங்கள்" என்றார் ராமசாமியார். காவலர்கள் அவரைச் சிறைப்பிடித்தனர். ஆறு மாதத் தண்டனையாக திருவனந்தபுரம் அருவிகுத்திச் சிறைக்குக் கொண்டுசெல்லப்பட்டார். ஆனால், மன்னர் நினைத்தது போல் போராட்டம் ஓயவில்லை. நாகம்மையும் கண்ணம்மாளும் திருவிதாங்கூர் முழுவதும் சுற்றுப்பயணம் செய்து போராட்டத்தைத் தீவிரப்படுத்தினர். மக்களின் எழுச்சி, மன்னரை அசைத்தது.

இந்தச் சூழலில் வேடிக்கையான ஒரு சம்பவமும் நிகழ்ந்தது. அருவி குத்திச் சிறையில் சில நம்பூதிரிகளால் 'சத்ரு சம்ஹாரயாகம்' என்ற யாகம் நடத்தப்பட்டது. அவர்களது எதிரியான பெரியாரைத் தீர்த்துக்கட்டுவதுதான்யாகத்தின் பிரதான நோக்கம். ஆனால், மறுநாள் சிறைக்கு வந்த செய்தியோ தலைகீழாக இருந்தது. திருவிதாங்கூர் மன்னர் திருநாடு அடைந்துவிட்டார் என்பதுதான் அந்தச் செய்தி! மன்னர் மரணம்அடைந்ததை மரியாதையாக அப்படிக் குறிப்பிடுவது வழக்கம். இந்தச் செய்தி, நம்பூதிரிகளின் வயிற்றைப் புரட்டியது. மன்னரின் மரணம் காரணமாக, சிறையில் இருந்தவர்கள் விடுதலை செய்யப்பட, ராமசாமியாரும் சகாக்களும் கூட விடுதலையாகினர். ராணி ஒரு வழியாகத் தடையை விலக்கிக் கொள்ள முடிவெடுத்தார். எனினும், ராமசாமியாருக்குக் கடிதம் எழுதப் பிடிக்காமல் காந்திக்கு எழுதினார். காந்தி நேரடியாகப் புறப்பட்டு வைக்கம் வந்து ராணியுடனும் ராமசாமியாருடனும் பேச்சு வார்த்தை நடத்தினார். இறுதியில் வைக்கம் போராட்டம் வெற்றி பெற்றது.

ஆனால், வட நாட்டுப் பத்திரிகை ஒன்றில் இந்த வைக்கம் போராட்டம் குறித்து மகாத்மா காந்தி எழுதிய எந்தக் குறிப்பிலும் ராமசாமியாரின் பெயர் இடம் பெறவில்லை. தன் இதயத்தில் வைத்து வணங்கிய தலைவரான காந்தியா

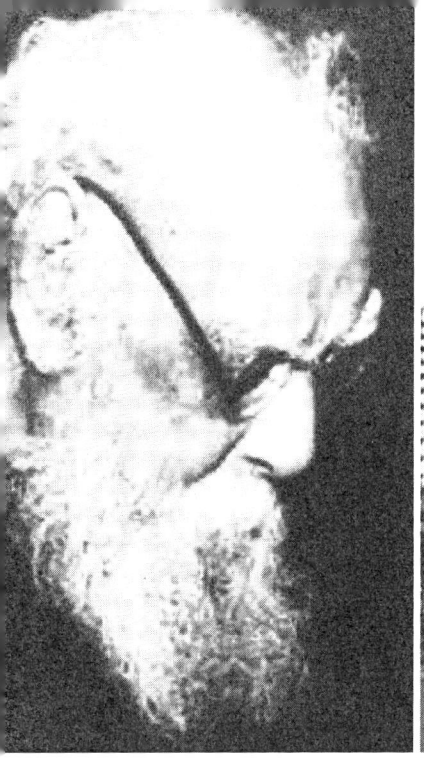 

வைக்கம் கோயில்

இப்படிச் செய்தது என்று ராமசாமியாருக்கு வேதனை. ஆனால், திரு.வி.கவின் வழியாக வரலாறு அவருக்கு 'வைக்கம் வீரர்' என்ற மகத்தான பெயரைச் சூட்டி மகிழ்ந்தது...

காந்தியின் மீதும் அவரது கொள்கைகள் மீதும் வைத்த நம்பிக்கைகளை இழக்க ராமசாமியார் தயாராக இல்லை. இருந்தாலும் அன்று காங்கிரஸில் பெரும் தலைவர்களாகக் கருதப்பட்ட பலரும் தீண்டாமையைத் தீவிரமாகக் கடைப்பிடித்து வந்தனர். அதில் ஒரு சம்பவம் ராமசாமியாரின் நெஞ்சில் நெருஞ்சியாகத் துளைத்தது. 1923ல் ராமசாமியார், காங்கிரஸ் கட்சியின் தலைவராகப் பொறுப்பேற்று இருந்தார். திண்டுக்கல்லில் பிரசாரத்துக்காகச் சென்ற போது ஒரு பிராமணத் தலைவரின் வீட்டில் உணவுக்கு ஏற்பாடாகி இருந்தது. தொண்டர்களுக்கு வெளியில் பந்தி நடக்க, தலைவரானபடியால் ராமசாமியாருக்குத் தனியாக நடையில் இலை போட்டு உணவு பரிமாறப்பட்டது. மதிய உணவுக்கும் அதே வீடு, அதே இடம். காலையில் அவர்

அஜயன் பாலா ✦ 57

சாப்பிட்ட அந்த இலை எடுக்கப்படாமல் அங்கேயே கிடக்க, புதிய இலை போட்டு மீண்டும் உணவு பரிமாறப்பட்டது. 'சேர்த்து எடுத்துவிடுகிறோம்' எனச் சமாளித்தார்கள். இரவும் அதே வீடு, அதே இடம். இப்போதும் மதியம் சாப்பிட்ட இலை எடுக்கப் படாமல் அங்கேயே 'ஈ' மொய்த்தபடி சுருங்கிக்கிடக்க, ராமசாமியாரின் மனம் அவமானத்தால் துவண்டது. உச்சகட்டமாக வந்தது சேரன்மாதேவி குருகுலப் பிரச்னை.

அக்காலத்தில் காங்கிரஸ் தொண்டர்கள் நிதியில் இந்தியா முழுக்க குருகுலங்கள் நடத்தப்பட்டு வந்தன. தீண்டாமைக்கு எதிராக ஊர் உலகத்துக்கு எல்லாம் பிரசாரம் செய்துவந்த காங்கிரஸ் நடத்தி வந்த குருகுலங்களிலேயே, பிராமணர்களுக்கெனத் தனியாக உணவு, குடிநீர் போன்றவை கடைப் பிடிக்கப்பட்டன. அவற்றுள் ஒன்று சேரன்மாதேவி குருகுலம். அதை நடத்தி வந்தவர் வ.வே.சு. ஐயர்.

குருகுலத்தில் பிராமணர்களுக்கென வைக்கப்பட்ட குடிநீர்ப்பானையில் ஒரு சிறுவன் நீர் அருந்த, இதர பிராமணச் சிறுவர்களும் ஊழியர்களும் அவனை அடித்துவிட்டனர். அடிபட்ட சிறுவன், பின்னாளில் தமிழக முதல்வராகப் பதவியேற்ற ஓமந்தூர் ராமசாமி

ரெட்டியாரின் மகன். ஓமந்தூரரார் இந்தப் பிரச்னையை ராமசாமியாரிடத்தில் கொண்டுசெல்ல, அதுநாள் வரை தன் உள்ளத்துள் ஊறிக்கொண்டு இருந்த பிரச்னைகளை எல்லாம் ஒன்று திரட்டி, இதற்கு முடிவு கட்டியே தீருவதெனக் களத்தில் இறங்கினார்.

திரு.வி.க., டாக்டர் நாயுடு, எஸ். ராமநாதன், தண்டபாணிப் பிள்ளை என அனைவரும் ஒன்று திரண்டு, காந்தியிடம் பிரச்னையைக் கொண்டுசென்றனர். குரு குலங்களில் சம பந்தி உணவுதான் தரப்பட வேண்டும் என உத்தரவிட்டார் காந்தி. ஆனால், வ.வே.சு. ஐயர் பிடிவாதமாக மறுத்துவிட்டார். இதற்கு இதர பிராமணர்களிடமிருந்தும் ஆதரவு பெருக, தான் மிகவும் நம்பிய பல பிராமணர்களின் சுயரூபம் பட்டவர்த்தனமாக வெளிப்பட்டதை அறிந்து ராமசாமியார் அதிர்ச்சியடைந்தார். இத்தனை நாள் இந்தக் கட்சிக்காக தான் உழைத்த உழைப்பெல்லாம் வீண்தானோ எனும் ஐயம் அவர் உள்ளத்தை ஊடறுத்தது.

இதனிடையேதான், 1925ல் தமிழர் வாழ்வின் வரலாற்றுச் சிறப்புமிக்க காஞ்சிபுரம் மாநாடு வந்தது. வகுப்புவாரி தீர்மானத்தை முன்வைத்து ராமசாமியார் பேசத்துவங்க, அதற்குப் பொதுக்குழுவில் பிராமணர்கள் கடும் எதிர்ப்பைத் தோற்றுவித்தனர். வகுப்புவாரித் தீர்மானம் கொண்டுவந்தால் ஒட்டுமொத்தமாக காங்கிரஸை விட்டு வெளியேறுவோம் எனும் கடும் அஸ்திரத்தை அவர்கள் கையில் வைத்திருந்தனர். இதனால் பயந்த திரு.வி.க., ராமசாமியாரின் கோரிக்கையை நிராகரித்தார்.

சக மனிதருக்கு எதிராகச் சாதியின் பேராலும் மதத்தின் பேராலும் காலம்காலமாக நடந்து வரும் அட்டூழியங்களுக்கு முடிவுரை எழுத இதுவே சரியான தருணம் என ராமசாமியார் ஒரு சிங்கம் போல் எழுந்தார். மேடையில் இருந்த தலைவரைப் பார்த்து மூன்று முறை தன் கைத் தடியால் தரையை ஓங்கி ஆவேசத்துடன் தட்டினார். தமிழகமே அதிர்ந்தது. தமிழர்களின் அடிவானத்திலிருந்து சூரியன் எழுந்தது!

# 9

நான் பேச்சாளனுமில்லை, எழுத்தாளனுமில்லை.
உண்மைகளை உலகுக்கு எடுத்துரைக்கும் கருத்தாளன்!

- பெரியார்

மாநாட்டின் அத்தனை கண்களும் ஈ.வெ. ராமசாமியார் மீதே நிலைகுத்தி நின்றன!

தனது கனவாக இருந்த வகுப்புவாரித் தீர்மானம், சூழ்ச்சியாலும் பகையாலும் முழுமையாகத் தோற்கடிக்கப்பட்ட துரோகம், ராமசாமியாரின் நாடி நரம்புகள் அனைத்தையும் புடைத்தெழச் செய்தது. மேடையில், மாநாட்டின் தலைவராக வீற்றிருந்த திரு.வி.க, ராமசாமியாரின் திடீர் ஆவேசம் கண்டு திகைத்து நின்றார். மூன்று முறை தனது கைத்தடியால் நிலம் அதிரச் செய்த ராமசாமியார், தனது மஞ்சள் சால்வையை இழுத்துத் தோளில் போட்டபடி திரு.வி.கவைப் பார்த்து, "முதலியார் அவர்களே! காங்கிரஸால் இனி என்னைப் போன்ற பிராமணர் அல்லாதாருக்கு எந்தப் பிரயோஜனமும் இல்லை. நான் காங்கிரஸைவிட்டு இப்போதே வெளியேறுகிறேன். இனி தமிழ்நாட்டில் சாதியையும், அதைத் தாங்கிப் பிடிக்கும் வர்ணாசிரமதர்மத்தையும், அதனை ஆதரிக்கும் காங்கிரஸையும் ஒழித்துக்கட்டுவதுதான் என் முதல் வேலை!" எனக் கர்ஜித்தபடி மாநாட்டுப் பந்தலைவிட்டுப் பெருங்கூட்டத்தினர் புடைசூழ விறுவிறுவென வெளியேறினார். புயல் கடந்த பூமியாக மாநாட்டுப் பந்தல் வெறுமைகொண்டது.

திருச்சி - நாகம்மை ஆதரவற்றோர் இல்லக் குழந்தைகளுடன் மணியம்மை, பெரியார்

ராமசாமியார் அன்று எடுத்த முடிவு, சாதியம் எனும் மனித குல விரோதியின் தலைக்கு அவர் முதன்முதலாக இறக்கிய பேரிடி! உலக வரைபடத்தில் தமிழர்கள் தங்களை எவற்றோடும் பொருந்தாத தனி இனமாக அடையாளம் காணுமளவுக்குப் பிற்காலத்தில் ஏற்பட்ட அரசியல் மாற்றங்களின் முதல் படி!

வரலாற்றில் இதுவரை நடந்த அனைத்து மாற்றங்களுக்கும் புரட்சிகளுக்கும் இரண்டு பேர் அடிப்படைக் காரணங்களாக இருந்து வந்திருக்கின்றனர். ஒருவர் சிந்தனையாளர்; இன்னொருவர் செயல்படுத்துபவர். சொல்லப்போனால் சிந்தனையாளர் பிறந்து எத்தனையோ ஆண்டுகள் கழித்துதான் அதனைச் செயல்படுத்துபவர் பிறப்பார். ரூஸோவுக்கும் பிரெஞ்சுப் புரட்சிக்கும், மார்க்சுக்கும் லெனினுக்கும் இடையில் உள்ள கால வித்தியாசங்கள் அதனை நமக்கு மெய்ப்பிக்கின்றன. ஆனால், வரலாற்றில் வேறெங்கும் இல்லாத அதிசயமாக, ஒரு சிந்தனையாளரே செயல் வீரராகக் களத்தில் இறங்கிப் போராடி வாகை சூடிய கதைகள் அபூர்வத்திலும் அபூர்வம்! அன்று

மாநாட்டுப் பந்தலைவிட்டு ராமசாமியார் ஆவேசத்துடன் வெளியேறியது அந்தப் போராட்டத்தின் முதல் பொறி!

ஒரு வேகத்தில் வார்த்தைகளை வீசி வெளியே வந்துவிட்டாரே தவிர, காங்கிரஸ் எனும் பிரமாண்ட விருட்சத்துக்கு எதிரே தான் ஒரு தனி ஆளாக நிற்பதாகவே உணர்ந்தார். தன்னால் வளர்க்கப்பட்ட அதே விருட்சத்தை இப்போது தானே வெட்டி வீழ்த்த வேண்டிய நெருக்கடியும் கட்டாயமும் அவருக்கு. நினைப்பதற்கே மலைப்பாக இருந்த அந்த விருட்சத்தை நான்கே வருடங்களில் அவர் வெட்டி வீழ்த்தி வரலாறு படைத்ததுதான் ராமசாமியாரின் ஈடு இணையற்ற சாதனை! அந்தச் சாதனையை அவருக்கு ஈட்டிக்கொடுத்தது ஒரு கோடரி. அந்தக் கோடரியின் பெயர்... சுயமரியாதை இயக்கம்.

காங்கிரஸைவிட்டு வெளியேறினாலும், காந்தியையும் கதரையும் ராமசாமியாரால் அவரது உள்ளத்திலிருந்து முழுவதுமாகத் தூக்கி வீசியெறிய முடியவில்லை. ஆனாலும், 'முதலில் இந்தச் சாதியை ஒழிக்காமல் தேச விடுதலைக்குப் போராடுவது என்பது, கோழி முட்டைக்கு மயிர் நீக்கும் வேலை' என்பதில் உறுதியாக இருந்தார். மதத்தையும் மூட நம்பிக்கைகளையும் ஒழிக்காமல், சாதிய ஒழிப்பு என்பது ஆகாத காரியம் என்பதையும் அறிந்திருந்தார். மதம், யாரை உயர்ந்த குலத்தவராக அடையாளம் காட்டியதோ, அவர்கள் தொடர்ந்து எல்லா வகைகளிலும் உயர்ந்துகொண்டே இருக்க, மதம் கீழானவர்களாகச் சித்திரித்தவர்களெல்லாம் மேலும் கீழான நிலைக்கே சென்றுகொண்டு இருப்பதுதான் இந்தப் பிரச்னைகளுக்கெல்லாம் ஆணிவேர் என்பதில் தெளிவாக இருந்தார். இந்த நிலை மாறி, அனைவரும் சாதி எனும் மேலாதிக்கம் இல்லாதவர்களாக, எந்த அதிகாரத்துக்கும் கட்டுப்படாதவர்களாகச் சம நிலையில் வாழ வேண்டுமானால், முதலில் அந்த வரிசையை உருவாக்கிய வர்ணாசிரமதர்மத்தையும் அதற்குக் காரணமான மத நம்பிக்கைகளையும் ஒழிக்க வேண்டும் என்பதில் உறுதியாக இருந்தார்.

இந்த அடிமைத்தனத்திலிருந்து மக்கள் முழுமையாக விடுதலை பெற வேண்டுமானால் முதலில் தேவை, அனைத்தையும் ஏன், எதற்கு என காரணகாரியங்களை

அலசி ஆராயும் பகுத்தறிவு. அடுத்து, 'நாமும் மனிதன்; மற்றவர்களும் மனிதர்; பின் என்ன காரணத்துக்காக ஒருவரைக் கண்டதும் பயப்பட்டுக் குனிந்து கூழைக் கும்பிடு போட வேண்டும்?' எனத் தனக்குள் கேள்வி கேட்கும் தன்மான உணர்ச்சி. இந்த இரண்டையும் மக்களின் உள்ளத்தில், பேச்சாலும் எழுத்தாலும் ஊட்டினால் போதும்... இந்தச் சாதிய அடுக்கு நிலையில் ஓரளவு மாற்றம் நிகழும். பிராமணரல்லாத இதர சாதியினரும் கல்வியும் அறிவும் பெற்று, அவர்களுக்கு ஈடாக வாழ்க்கையில் உயர்ந்த நிலைகளை அடைய முடியும் என நம்பினார். நாளைய சமூகம் புத்தொளியும், அறிவெழுச்சியும், சமநீதியும் கொண்ட புதிய சமூகமாக மலரும் எனப் புறப்பட்டார் ராமசாமியார்.

எழுத்திலும், பேச்சிலுமாக ராமசாமியார் வீறுகொண்டு எழுந்து தமிழகம் முழுக்கச் செய்த பிரசாரங்கள், காங்கிரஸ் கூடாரத்தையே ஆட்டம் காணவைத்தன. ராமசாமியாரின் கூட்டங்களுக்கு மக்கள் அலையெனத் திரண்டுவந்தது, உயர் சாதியினருக்கு வயிற்றில் புளியைக் கரைத்தது. மேடைகளில் அவர் பேசிக்கொண்டு இருக்கும்போது செருப்புகள்

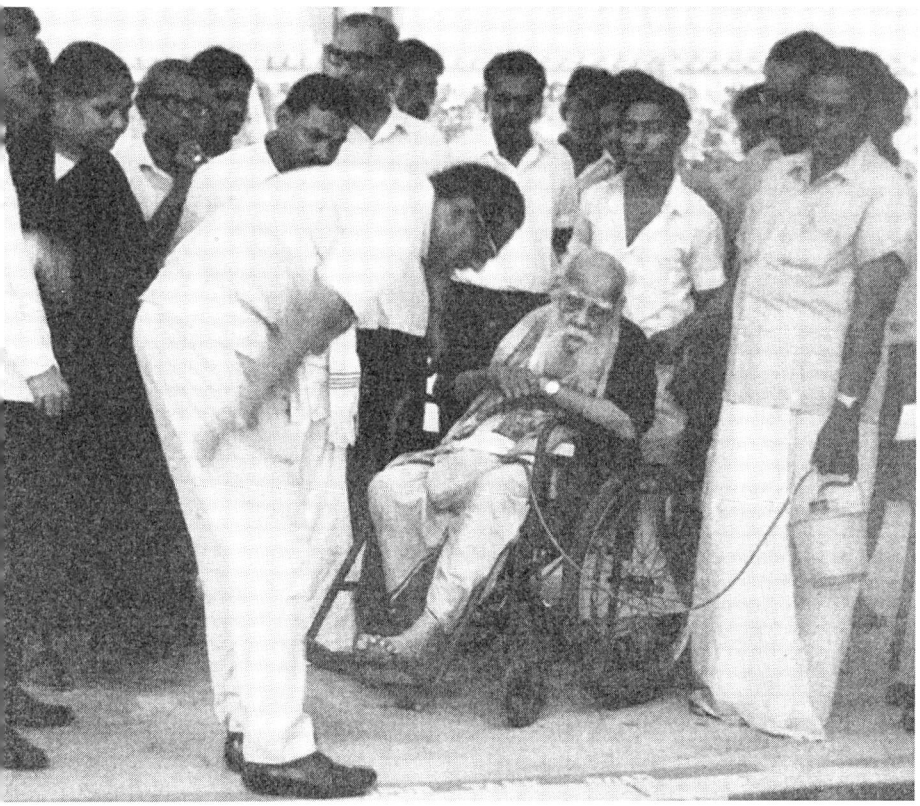

*சுயமரியாதை திருமணம்*

பறந்தன. அழுகின முட்டைகள், சாணி உருண்டைகள், கற்கள் பறந்தன. தண்ணீர்ப் பாம்பு விட்டுக் கூட்டத்தைக் கலைத்தனர். இந்த எதிர்ப்புகள் அனைத்தையும் கண்டு கலங்காமல், ராமசாமியார் நெருப்புச் சூறாவளியாக நிமிர்ந்து நின்றார். தன் கருத்துக்களால் மக்களின் முதுகில் சம்மட்டி கொண்டு அடித்து எழுப்பினார். சாதி, சம்பிரதாயம், பெண் அடிமை, தேவதாசி முறை என எதையும் விட்டுவைக்காமல் அனைத்துக்கும் அதிரடியாக வேட்டுவைத்தார்.

ஈரோட்டில் அவர் துவக்கியிருந்த 'குடியரசு' எனும் பத்திரிகை அவரது சுயமரியாதைக் கருத்துக்களை நாடு முழுக்க எடுத்துச் செல்லும் பணியில் தொடர்ந்து ஈடுபட்டது. விளைவு, 1928ல் எஸ். முத்தையா முதலியார் போன்றவர்களின் பெரும் முயற்சியால், அப்போதிருந்த ஆங்கிலேயே அரசாங்கம் வகுப்புவாரி உரிமையை நடைமுறைக்குக் கொண்டுவரச் சொல்லி உத்தரவிட்டது. வரலாற்றுச் சிறப்புமிக்க இந்நிகழ்வு தொண்டர்களிடையேயும் மக்களிடையேயும் பெரும் உணர்ச்சி அலைகளைத் தோற்றுவிக்க, 1929 பிப்ரவரி மாதத்தில் 18, 19, தேதிகளில் செங்கல்பட்டு ராட்டினங்கிணறு அருகே முதலாவது சுயமரியாதை மாநாடு நடந்தது.

தமிழகம் முழுவதிலுமிருந்து கிட்டத்தட்ட 10, 000க்கும் அதிகமானோர் கலந்துகொண்டனர். இனி, அனைவரும் தங்களது சாதிப்பட்டங்களைத் துறக்க வேண்டும் என்பது மாநாட்டின் முக்கியத் தீர்மானமாக அனைவராலும் வரவேற்கப்பட்டது. அறிவுரீதியாக இந்தியாவின் இதர மாநிலங்களைக் காட்டிலும் தமிழகம் பெற்ற முதல் பெருமை மிக்க விடுதலை இது!

மாநாட்டைத் தொடர்ந்து தமிழகம் முழுக்க பெரும் எழுச்சி ஏற்பட்டது. ஆர். கே. சண்முகம், சர். ஏ. டி. பன்னீர்செல்வம் போன்ற நீதிக் கட்சித் தலைவர்கள் சுயமரியாதைக் கூட்டங்களில் நாடு முழுக்கக் கலந்துகொண்டு கொள்கைப் பிரசாரம் செய்தனர். பின்னாட்களில் குத்தூசி என அழைக்கப்பட்ட குருசாமி, சாமி சிதம்பரனார், சிங்காரவேலர், ஜீவா, மூவலூர் ராமாமிர்தம் அம்மையார், பொன்னம்பலானார், கோவை சி. அய்யாமுத்து எனப் பெரும் படையே பிரசாரப் பீரங்கிகளாக சுயமரியாதைக் கருத்துக்களை மக்களிடையே கொண்டுசென்றனர். புரட்சி என்பது வார்த்தையாக இல்லாமல், நாடு முழுக்கத் தொண்டர்கள் பலர் சுயமரியாதைத் திருமணங்களை ராமசாமியாரின் தலைமையில் நடத்தினர். அதுவரை பிராமணர்களால் மட்டுமே தீர்மானிக்கப்பட்டு வந்த தமிழகத்தின் கலை, இலக்கியம், சிந்தனை, வரலாறு, மொழி போன்றவை மறு பரீசீலனைக்கு உட்படுத்தப்பட்டன.

தமிழகம் முழுக்க ஏற்பட்ட இந்தத் திடீர் எழுச்சியும் மாறுதல்களும் உலகின் இதர தமிழர்களின் காதுகளில் தேனெனப் பாய்ந்தது. இந்த மாறுதல்களுக்குத் தலைவரான ராமசாமியாரைக் காணவும் அவரது கருத்து மழையில் நனையவும் விரும்பி தங்களது நாடுகளுக்கு வருமாறு அழைத்தனர். 1929 டிசம்பரில் நாகப்பட்டினம் துறைமுகத்திலிருந்து மலேயாவுக்குப் புறப்பட்ட கப்பலில், ராமசாமியார் தன் மனைவி நாகம்மையாருடன் ஏறினார்.

1930 ஜனவரியில் அவர் தமிழ்நாடு திரும்பியபோது, அவரை வரவேற்க ஆவலுடன் சென்ற தொண்டர்களுக்கு ஓர் அதிர்ச்சி காத்திருந்தது!

# 10

'உனக்குப் பெருமை வேண்டுமானாலும் உற்சாகம் வேண்டுமானாலும், பிற மனிதனுக்குத் தொண்டு செய்வதில் போட்டி போடுவதன் மூலம் தேடிக்கொள்!'

- பெரியார்

சில சமயங்களில் இயற்கை, மனிதனைக் காட்டிலும் அட்டகாசமான கவிதைகளை, யாருமே எதிர்பாராத வகையில் எழுதிவிடும். அப்படி அது எழுதிய ஒரு கவிதைதான், வெண்ணிறச் சிங்கமெனத் தாடியும் மீசையுமான கோலத்துடன்கூடிய ஈ.வெ. ராமசாமியாரின் பழுத்த சிந்தனையாளனுக்குரிய தோற்றம்.

ஏற்கெனவே பல் துலக்குவது, குளிப்பது போன்ற அன்றாடக் காரியங்களை எல்லாம் தன் சிந்தனையைத் தடை செய்யும் முக்கிய எதிரிகளாகக் கருதி, கூடுமானவரை அவற்றைத் தவிர்த்து வந்தவர், மலேயா பயணத்தின்போது நேரமின்மை காரணமாக முகம் மழிப்பதையும் முடி வெட்டுவதையும் தேவையற்ற தொந்தரவுகளாகக் கருதி நிறுத்திக்கொண்டார். 'கழுதை அதுபாட்டுக்கு வளரட்டும். நேரத்துக்கு நேரம், துட்டுக்கு துட்டுன்னு ரெண்டும் மிச்சம்' என்பது அவர் கணக்கு.

மலேயா பயணம் முடிந்து இந்தியா திரும்பும் பயணத்தில், கப்பல் நாகைத் துறைமுகத்தை வந்தடைந்தது. ராமசாமியார் கப்பலிலிருந்து

ரஷ்யாவில் பெரியார்

வெளிப்பட்டபோது கூடியிருந்த தொண்டர்கள் அதிசயித்தனர். அலை கடலென அவரது தலைக்குப் பின்னால் புரளும் வெண்ணிற முடியும், அருவியென முகத்தில் சரிந்து தொங்கும் தும்பை நிற மீசையும் தாடியும் அவரது தோற்றத்தை முழுவதுமாக மாற்றியிருந்தன. தாங்கள் புகைப்படங்களில் கண்டும் கேட்டும் அறிந்த உலகச் சிந்தனையாளர்களின் முகத் தோற்றத்தைப் போல அவரது முகம் மாறியிருப்பதைக் கண்டு தொண்டர்கள் வியந்தனர்.

மலேயா பயணம் எப்படி அவரது உருவத்தை மாற்றியிருந்ததோ, அது போல அடுத்த வருடமே அவர் மேற்கொண்ட ரஷ்யப் பயணம், அவரது உள்ளத்தை மாற்றியது. அங்கே வீசிய சோஷலிசக் காற்று அவருக்குள்ளிருந்த சமதர்மக் கொடியை மேலும் பட்டொளி வீசிப் படபடக்கவைத்தது. நவம்பர் 8, 1932ல் ரஷ்யாவிலிருந்து கப்பலில் திரும்பிய அவர், தூத்துக்குடி துறைமுகத்தில் கால் வைத்த அன்றே, அங்கு நடந்த வரவேற்புக் கூட்டத்தில், இனி தன்னை அனைவரும் தோழர் என விளிக்கும்படி உத்தரவிட்டார். தனது சகாக்களும் கம்யூனிச சிந்தாந்தத்தில் பற்றுக்கொண்டவர்களுமான தோழர்கள் சிங்காரவேலர், ஜீவானந்தம் ஆகியோரை

குடியரசு வார ஏட்டில் தொடர்ந்து பொதுவுடைமைக் கருத்துக்களை எழுதும்படி சொன்னார்.

அக்காலத்தில், ஆங்கில அரசாங்கத்துக்கு கம்யூனிஸ்ட் என யாராவது வாய் தவறிச் சொன்னாலே, கைகால்கள் நடுங்க ஆரம்பித்துவிடும். இந்தச் சூழலில் பொதுவுடைமைச் சித்தாந்தத்தின் கர்ப்பப் பையாகக் கருதக்கூடிய கம்யூனிஸ்ட் அறிக்கையை முதன் முதலாக தமிழில் வெளியிட்டார் தோழர் ராமசாமி. அடுத்ததாக அவர்கள் வெளியிட்ட புத்தகத்தின் பெயர், 'நான் ஏன் நாத்திகன் ஆனேன்?' எழுதியவர் பகத்சிங்.

விளைவு, ஒரு நாள் தடதடவென அச்சகத்தினுள் நுழைந்த போலீஸார், ராமசாமியாரின் சகோதரரும் அச்சக உரிமையாளருமான ஈ.வெ.கிருஷ்ணசாமியையும், அந்த நூல்களைத் தமிழில் மொழிபெயர்த்த தோழர் ஜீவானந்தத்தையும் கைது செய்து வேனில் ஏற்றிச் சென்றனர். பின்னர் மன்னிப்புக் கடிதம் தரக்கோரி நிர்பந்திக்கப்பட்டு இருவரும் விடுவிக்கப்பட்டனர்.

குண்டு... தன் மனைவி நாகம்மையைத் தோழர் ராமசாமி செல்லமாக அழைப்பது இப்படித்தான். ஈரோட்டில் குடியரசு ஊழியர்களுக்குத் தனது கையாலேயே நாகம்மை மதிய உணவு பரிமாறும்போது, தன் கணவரை

**பெரியாருடன் அண்ணா**

அங்கே அனுமதிப்பதில்லை. காரணம், அவர் அங்கே வந்தால், "ஏய் குண்டு... எதுக்கு இத்தனை காய் போட்டுச் சமைக்கிறே? கொஞ்சம் சிக்கனமா கறி இல்லாம சமைக்க வேண்டியதுதான?" என்று கணக்கு பார்க்கத் துவங்கிவிடுவார். ஆனாலும், நாகம்மை அதை ஒருபோதும் பொருட்படுத்தாமல் தொண்டர்களுக்கு தன் அன்பையும் சேர்த்துப் பரிமாறுவார். அதனால், நாகம்மையாரின் திடீர் மரணம் தொண்டர்களுக்குப் பெரும் அதிர்ச்சியாக இருந்தது.

ஒருமுறை பொதுக்கூட்டம் ஒன்றில் நாகம்மையார் பேசத் துவங்கியபோது, ராமசாமியார் தன்னைத் 'தோழர் ராமசாமி' என அழைக்கச் சொல்லி வற்புறுத்த, அம்மையாரோ கூச்சப்பட்டு மறுத்தார். ஆனால், ராமசாமியார் விடவில்லை. இறுதியில் தன் மனைவி தன்னை 'தோழர் ராமசாமி அவர்களே' என அழைப்பதைக் கேட்டு நெகிழ்ந்தார்.

இப்படியாக எந்தச் சமரசமும் இல்லாமல் பொதுவாழ்வில் தன்னுடன் இரண்டறக் கலந்துவிட்ட தன் மனைவி இறந்துகிடக்கும் நிலையிலும் சலனம் இல்லாமல் இருந்தார் ராமசாமியார். கையில் தடியை ஊன்றியபடி வாசலில் நின்றுகொண்டு, ஒப்பாரி பாடி அழுதபடி வந்த பெண்களிடம், "இங்கே பாருங்கள்... உள்ளே போய் அழுது ஆர்ப்பாட்டம் பண்ணக்கூடாது. அப்படிப் பண்ணுவதாக அபிப்ராயம் இருந்தால், இப்படியே திரும்பிச் செல்லுங்கள்" என்றார் திட்ட வட்டமாக. மேலும் அன்று இரவே புறப்பட்டு, திருச்சிக்குச் சென்று மறுநாள் தடை உத்தரவை மீறி ஒரு கிறிஸ்துவத் திருமணத்தை நடத்திவைத்தார்.

தனது தாயாரான சின்னத்தாயம்மாள் இறந்தபோதும் தன் மேல் கவிய வந்த துக்கத்தை ஈயை விரட்டுவது போல விரட்டியடித்தார். கதியற்றுக்கிடக்கும் கோடிக்கணக்கான மனிதர்களின் துயரங்களைத் துடைக்கும் பொறுப்பு தன் முன் இருக்க, தனது சொந்த உணர்வுகளுக்கு முக்கியத்துவம் தருவது அயோக்கியத்தனமானது என்பதுதான் அவரது செயல்களுக்குப் பின்னால் இருந்த ஒரே காரணம்.

இப்படியான இரண்டு இழப்புகளுக்கிடையே அவரது வாழ்வில் முக்கியமானதொரு வரவும் நிகழ்ந்தது.

அஜயன் பாலா ✦ 69

திருப்பூரில் நடைபெற்ற செங்குந்தர் மாநாட்டுக்குச் சென்றபோது, முதல்முறையாக ஓர் இளைஞரைப் பார்த்தார். உலகம் அதுவரைக் கேட்டிராத புதிய தமிழ், அந்த இளைஞரிடமிருந்து அருவியாகக் கொட்டியது. பார்த்த, கேட்ட கணத்திலேயே தன் சுயமரியாதை இயக்கப் பயணத்தில் அந்த இளைஞரைச் சேர்த்துக்கொள்ள முடிவெடுத்தார். உண்மையில் அப்போது, மேடையில் உரை நிகழ்த்திக்கொண்டு இருந்த அந்த இளைஞனுக்கே... தனது வாழ்க்கை மட்டுமல்ல, தமிழகத்தின் எதிர்கால வரலாறே அந்த மேடையில் தீர்மானிக்கப்படுகிற ரகசியம் தெரியாது. அந்த இளைஞர்... தமிழக மக்களால் பிற்பாடு அன்புடன் 'அறிஞர் அண்ணா' என அழைக்கப்பட்ட சி.என்.அண்ணாதுரை.

அண்ணாவின் வரவு, சுயமரியாதை இயக்கத்துக்குப் புது ரத்தம் பாய்ச்சியது. தகிக்கும் வெப்பக் காட்டாறாக ஒருபுறம் ராமசாமியார் தன் சிந்தனைச் செறிவால் மக்களின் மூடத்தனங்களுக்குச் சாட்டையடி கொடுக்க, இன்னொருபுறம் குளிர்ந்த தென்றலாய் அண்ணா தன் தமிழால் கேட்போர் நெஞ்சங்களைச் சுண்டி இழுத்து வசப்படுத்திவந்தார். அதுவரை சம்ஸ்கிருதக் கலப்பு காரணமாக மக்களின் மனங்களிலே மரத்துக்கிடந்த மொழி உணர்வு, தன் புதிய நீரோட்டத்தை அண்ணாவின் துள்ளு தமிழ்ப் பேச்சில் கண்டுபிடித்தது. தமிழில் புலமையும் ஆற்றலும் மிக்க புதிய இளைஞர் கூட்டம்ஒன்று ஆர்த்தெழுந்து ராமசாமியாரின் சுயமரியாதை இயக்கப் படையில் அணி வகுத்து நின்றது. மொழி காரணமாக, தமிழரிடத்தில் ஒரு புதிய மறுமலர்ச்சி தோன்றியிருந்தது. மறைமலை அடிகளும் திரு.வி.கவும் முன்பே பாதை போட்டுக் கொடுத்திருந்தாலும், இந்தக் காலகட்டத்தில்தான் அது முழுமையான அளவில் படித்த மக்களின் மனதிலே உணர்வாக உருத்திரண்டது.

1937ல் நடைபெற்ற தேர்தலில் வெற்றிபெற்று காங்கிரஸ் சார்பில் முதல் அமைச்சராகப் பதவி ஏற்றதும், முதல் காரியமாகப் பள்ளிகளில் இந்தியைக் கட்டாயப் பாடத் திட்டமாக்க ஒரு சட்டம் கொண்டு வந்தார் ராஜாஜி. ராஜாஜியின் இந்தத் திட்டத்துக்குப் பின் உள்ள சதியை உணர்ந்துகொண்ட ராமசாமியார், துடித்து எழுந்தார்.

1938 செப்டம்பரில் சென்னை கடற்கரையில் லட்சக்கணக்கானோர் கூடினர். 'தமிழ்நாடு, தமிழருக்கே!' என இச்சமயத்தில்தான் முதன் முறையாக அறைகூவல் விடுத்தார். தமிழ்நாடு முழுக்க இந்தித் திணிப்புக்கு எதிராகக் கிளர்ச்சிகள் நடத்தப்பட்டன. அரசாங்கம் அடக்குமுறையை ஏவிவிட்டது. பலர் கைது செய்யப்பட்டுச் சிறையில் தள்ளப்பட்டனர். ராமசாமியார் கைது செய்யப்பட்டு இரண்டாண்டு சிறைத் தண்டனை விதிக்கப்பட்டு, முதலில் சென்னைச் சிறையிலும் பின்னர் பெல்லாரி சிறைக்குமாக மாற்றப்பட்டார்.

சென்னையில் அதே வருடம் நவம்பர் மாதம் மறைமலை அடிகளின் மகளான நீலாம்பிகை அம்மையார் தலைமையில் நடைபெற்ற தமிழகப் பெண்கள் மாநாட்டில் வரலாற்றுச் சிறப்புமிக்க தீர்மானம் ஒன்று நிறைவேற்றப்பட்டது. அந்தத் தீர்மானத்தின்படி தோழர் ராமசாமியாருக்கு ஒரு புதுப் பெயர் சூட்டப்பட்டது.

அன்று அவர்கள் வழங்கிய 'பெரியார்' எனும் சொல், காலத்தில் நிலைத்து நின்று தனக்கெனத் தனிப் புகழைத் தேடிக்கொண்டது!

# 11

'இனி வரும் காலங்களில் உருவத்தைத் தந்தியில் அனுப்பும்படியான சாதனம் மலிந்து ஆளுக்கு ஆள் உருவம் காட்டிப் பேசிக்கொள்ளத்தக்க சவுகரியம் ஏற்படும்!'

- பெரியார், 1943-ல்

**ச**ரித்திரம் கண்ட முதலாவது மொழிப் போர் தமிழகத்தில் அநேக மாறுதல்களை உருவாக்கிவிட்டுக் கடந்தது. இனி பெரியாரால் மட்டுமே தமிழகத்துக்கு விடிவுக்காலம் என்கிற உண்மை நீதிக் கட்சியினருக்குத் தெளிவாகப் புரிந்தது.

விளைவு.. 1938 டிசம்பரில், சென்னையில் நடைபெற்ற நீதிக் கட்சியின் 14வது மாநாட்டில் அப்போதைய தலைவரான சர். ஏ. டி. பன்னீர்செல்வம், "இன்று முதல் நீதிக் கட்சி பெரியார் வசம் முழுமையாக ஒப்படைக் கப்படுகிறது. இக்கட்சிக்கு இனி அவரே தலைவராகச் செயல் படுவார்" என அறிவிக்க, தொண்டர்கள் எழுப்பிய கரவொலியால் மாநாட்டின் பந்தல் கூரையே படபடத்தது. முன்னமே பெரியாரிடம் இதற்கு ஒப்புதலும் பெற்றிருந்த பன்னீர்செல்வம், பெரியார் கைப்பட எழுதிய எழுச்சிமிகு உரையை வாசித்து, கூட்டத் தினரை உணர்ச்சி அலைகளால் கொந்தளிக்கச் செய்தார். எங்கோ கண்காணாத தொலை வில் சிறையில் இருக்கும் ஒரு தலைவனுக்கு தமிழகத்தில் நடந்த இந்த மகத்தான மரியாதையைக் கேள்விப்பட்ட தேசத் தலைவர்களின் பார்வை பெரியாரை நோக்கித் திரும்பியது. அப்படிப்பட்ட

முகமது அலி ஜின்னா - பெரியார் - அம்பேத்கர்

தலைவர்களில் ஒருவர்... டாக்டர் பி. ஆர். அம்பேத்கர். இந்திய அரசியல் சாசனச் சட்டத்தை வடிவமைத்த பெருமைமிகு தலைவர். தென்னாட்டில் பெரியார் என்றால், வடநாட்டில் அம்பேத்கர்.

அதுவரை இந்த இரண்டு சூரியன்களும் நேரில் சந்தித்ததில்லை. அதற்கான வாய்ப்பு, முகம்மது அலி ஜின்னா மூலம் உருவானது. இந்தியாவில் முஸ்லிம்களின் நிலை குறித்து விவாதிக்கும் பொருட்டு, ஜின்னா தேநீர் விருந்து ஒன்றை ஏற்பாடு செய்திருந்தார். அழைப்பை ஏற்று, மகாராஷ்டிராவுக்குப் புறப்பட்ட பெரியாரின் ரயில் பயணத்தில், அவருடன் அறிஞர் அண்ணாவும் இருந்தார்.

மகாராஷ்டிராவில் பெரியாரைக் கண்டதும் அம்பேத்கர் கட்டி அணைத்து வரவேற்றார். காங்கிரஸின் சனாதன தர்மத்துக்கு எதிராக மேற்கொள்ள வேண்டிய நடவடிக்கைகளையும் அணுகுமுறைகளையும் குறித்துக் கருத்துக்களைப் பரிமாறிக்கொண்ட அந்தச் சந்திப்பு, வரலாற்றின் முக்கிய பதிவேடு. அடுத்தடுத்த ஆண்டுகளில், பெரியாரும் அண்ணாவும் தொடர்ந்து வடநாடுகளுக்குப் பயணித்துப் பல அதிர்வுகளை உருவாக்கிவிட்டுத் தமிழகம் திரும்பினர்.

இங்கே தமிழகத்தில், திராவிடப் புயல் முழுவீச்சில் இருந்தது. கல்வி அறிவு பெற்ற இடைநிலைச் சாதி மக்களின் முதல் தலைமுறைக்கு பெரியாரும் அண்ணாவும் இதய நாயகர்களாக மாறினர். எண்ணற்ற கவிஞர்கள், எழுத்தாளர்கள், பேச்சாளர்கள், மேடை நாடகக் கலைஞர்கள், திரைப்பட நடிகர்கள் எனப் பலரும் திராவிட எழுச்சிக்காக மேடைகளில் அணி திரண்டனர். பிற்பாடு திராவிட இலக்கியம் எனத் தனியாக அடையாளப்படுத்தப்படும் அளவுக்கு சிறுகதைகள், நாவல்கள், நாடகங்கள் எழுதப்பட்டன. அதே சமயம், பெரியாரின் மனம் கொண்டிருந்த வேகத்துக்கு அவரது உடல் ஒத்துழைக்கவில்லை. அடிக்கடி மருத்துவமனையில் சேர வேண்டிய அவசியம் நேர்ந்தது.

முதுமையில் எல்லா மனிதரும் மீண்டும் குழந்தைகளாகிவிடுகின்றனர். கிட்டத்தட்ட 70 வயதை நெருங்கிவிட்டிருந்த பெரியாரும் இயற்கையின் விதிகளில் இருந்து தப்ப முடிய வில்லை. உற்ற ஒரே துணையாக இருந்த நாகம்மையாரும் இறந்த சூழலில் தன்னைத்தானே நிர்வகித்துக்கொள்ள முடியாமல் தவித்தார். அவரை அருகிலிருந்து கவனித்துக்கொள்ளவும், தேவையான நேரத்தில் உணவு மற்றும் மருந்து கொடுத்துப் பராமரிக்கவும் தாயுள்ளம் கொண்ட ஒரு தாதியின் சேவை தேவையாக இருந்தது.

அந்தத் தேவையைத் தக்க சமயத்தில் தீர்த்தார் அண்ணல் தங்கோ. சுயமரியாதைப் படையின் மற்றுமொரு சிங்கம். அவரால் அறிமுகப்படுத்தப்பட்ட இளம் பெண்ணுக்கு, அரசியல் ஆர்வமும் தொண்டுள்ளமும் இருந்தது ஆச்சர்ய மான ஒத்திசைவு.

காந்திமதி என்ற அந்தப் பெண், வேலூரில் விறகுத் தொட்டி நடத்திவந்த கனக சபை என்பவரின் மகள். இயக்கப் பற்று காரணமாக, தன் பெயரை அரசியல் மணி எனத் திருத்திக்கொண்டார். எவரிடமும் அத்தனைச் சீக்கிரம் பொறுப்புகளை ஒப்படைக்காத பெரியாரிடமே குறுகிய காலத்தில் நன்மதிப்பைப் பெற்றவர் அரசியல் மணி. கூட்டங்களில் புத்தகம் விற்ற காசை கணக்குச் சுத்தமாகத்

அம்பேத்கர் - பெரியார்

திரும்ப ஒப்படைக்கும் அவரது நேர்மை, பெரியாருக்குப் பிடித்திருந்தது. இதன் காரணமாக பெரியாரே கூட்டங்களில் மணியம்மையார் என மதிப்புடன் அழைக்கத் துவங்க, அந்தப் பெயரே அவருக்கு நிலைத்தது.

அதுவரை தேர்தல் அரசியலில் ஈடுபட்டு வந்த நீதிக் கட்சி, பெரியாரின் தலைமைக்குக் கீழ் வந்த பிறகு, பல மாறுதல்களைச் சந்தித்தது. இந்த மாறுதல்களை நீதிக் கட்சியில் இருந்த சிலரால் ஜீரணிக்க முடியவில்லை. பதவி, பணபலம், ஆட்சி, அதிகாரம் எனத் தேர்தல் அரசியலால் பிழைப்பு நடத்திக்கொண்டு இருந்த அந்தக் கூட்டம், பெரியாருக்கு எதிராகச் சதிகள் செய்யத் துவங்க, அதை முளையிலேயே கிள்ளியெறியும் பொறுப்பை அண்ணாவிடம் ஒப்படைத்தார் பெரியார்.

1944, ஆகஸ்ட் 27 அன்று சேலத்தில் நடந்த மாநாட்டில் அண்ணா வாசித்த தீர்மானம் வரலாற்றை மாற்றி எழுதியது. 'இதுவரை, பணக்காரர்களுக்கெனவே இயங்கி வந்த நீதிக் கட்சி, இனி 'திராவிடர் கழகம்' எனும் பெயரில் பாட்டாளி மக்களுக்காகவும் ஏழை எளியவர்களுக்காகவும் மட்டுமே

அஜயன் பாலா ✦ 75

பெரியாருடன் கருணாநிதி

பாடுபடும்!' என அண்ணா தனது எழுச்சி உரையை வாசித்தார். பின்னாட்களில் பல நூறு கட்சிகளின் தலைக்காவிரியாக விளங்கி இன்றுவரை எண்ணற்ற தொண்டர்களுடன் பகுத்தறிவுப் பிரசாரத்தில் ஈடுபடும் 'திராவிடர் கழகம்' உதயமானது.

கட்சியின் பெயர் மாற்றப்பட்ட கையோடு, அதுவரையிலான நீதிக் கட்சியின் கொடி குறித்தும் ஆட்சேபங்கள் எழுந்தன. கட்சித் தொண்டரும் பெரியாரின் சகோதரருமான ஈ.வெ.கிருஷ்ணசாமி அவர்களின் மூத்த மகள் மிராண்டா கஜேந்திரன் முதன் முதலாக தராசு சின்னம் பொறித்த நீதிக் கட்சியின் கொடி குறித்துக் கேள்விகளை எழுப்பினார். 'தராசு, நமது சின்னமல்ல! அதில் புரட்சியும் இல்லை; எந்த எதிர்ப்பும் இல்லை. நமது கொடி, நமது உணர்வைப் பிரதிபலிக்க வேண்டு மானால், முதலில் இந்தத் தராசு கொடிக்கு முடிவுகட்டிவிட்டு, புதிய கொடியை வடிவமைக்க வேண்டும்' என திருச்சி மாநாட்டில் முழங்கினார். புதிய கொடியை உருவாக்கப் பலரும் முனைந்தனர். கறுப்பு சிவப்பு இரண்டு வண்ணங்களில் கொடி அமைக்கப்பட வேண்டும் என்பது ஏகமனதாகத்

தீர்மானம் செய்யப்பட்டது. கறுப்பு என்பது தமிழரின் இழிநிலை என்றும், அதை வேரறுக்கும் புரட்சியைச் சிவப்பு நிற வட்டமாகவும் கருத்தில்கொண்டு ஷண்முக வேலாயுதம் என்பவர் கொடியை வடிவமைத்தார்.

ஈரோடு குருகுலத்தில் கூடியிருந்த தொண்டர்களின் மத்தியில் கொடியை வடிவமைத்துப் பார்க்கும் ஆவல் எழுந்தது. கறுப்பு மை கொண்டு கொடியின் சதுர வடிவம் உருவாக்கப்பட, சட்டென அங்கு சிவப்பு மை கிடைக்காமல் தொண்டர்கள் தடுமாறினர். ஆளுக்கொரு பக்கமாகச் சிவப்பு மை தேடிய போது, குடியரசில் உதவியாளராக இருந்த ஒரு தொண்டர் குண்டூசியால் தனது கட்டை விரலைக் குத்திக்கொண்டார். ரத்தம் துளிர்த்த விரலை கறுப்பு மையின் மேல் தடவ, உதிரத்தால் உருவானது சிவப்பு வட்டம். அந்தத் தொண்டர் கலைஞர் மு. கருணாநிதி!

திருவாரூரில் முரசொலி எனும் சிற்றேட்டைத் துவக்கி, பெரியாரின் கொள்கைகளை எழுதி வந்த கருணாநிதி, அப்போது அண்ணா நடத்தி வந்த திராவிட நாடு இதழிலும் தொடர்ந்து கதை, கவிதைகளை எழுதி அண்ணாவின் கவனத்தை ஈர்த்தார். தனது இதழில் பணிபுரியும் பொருட்டு, ஈரோட்டுக்கு அண்ணாவால் வரவழைக்கப்பட்டார். பெரியாரின் கைகள் எப்படி அண்ணாவின் தோளில் வீழ்ந்ததோ, அப்படியே அண்ணாவின் கைகளைக் கருணாநிதியின் தோள் தாங்கியது.

திராவிடக் கொள்கை சார்ந்த கவிதைகளாலும், திரைப்பட வசனங்களாலும், அலங்கார மொழிநடையுடன் கூடிய மேடைப் பேச்சாலும் மக்களின் இதயங்களில் தனக்கெனத் தனி இடம் தேடிக்கொண்ட கருணாநிதியின் ஆட்சியில்தான் பெரியாரின் கொள்கைகள் பல சட்டமாக இயற்றப்பட்டன!

●

# 12

'ஒருவன் தான் விரும்பும் நலன்கள் அனைத்தையும், மற்றவர்களுக்கும் உண்டாகச்செய்வதுதான் நாகரிகம்!'

- பெரியார்

***1944,*** ஜூலை 29. அன்றைய தினம் கடலூர் திருப்பாதிரிப்புலியூரில் தென் ஆற்காடு மாவட்ட திராவிட மாநாடு. விழா நடப்பதற்கு ஒரு நாள் முன்னதாகவே கடலூர் களைகட்டத் துவங்கியிருந்தது. மாநாட்டைத் துவக்கிவைக்க வரும் பெரியாரை வரவேற்கும்விதமாக பந்தல் அமைப்பதிலும், கொடிகள் கட்டு வதிலும் எண்ணிலடங்கா தொண்டர்கள் பலர் சுறுசுறுப்பாக ஈடுபட்டுக்கொண்டு இருந்தனர். அவர்களினூடே 11 வயதே ஆன ஒரு சிறுவனும் அங்குமிங்குமாக ஓடி ஆடி வேலை செய்துகொண்டு இருந்தான். அங்கிருந்த எவரும் அந்தச் சிறுவனை ஒருபொருட்டாக மதிக்கவில்லை. மறுநாள், மாநாட்டில் மைக்கைப் பிடித்து அவன் பேசிய பேச்சைக் கண்டு பெரியார், அண்ணா உட்பட அனைவரும் வியந்தனர். "இவன் கழுத்தில் மட்டும் ருத்திராட்சம் இருந்திருந்தால், ஒருவேளை இவனையும் ஞானசம்பந்தன் ஆக்கியிருப்பார்கள். ஆனால், இந்தச் சிறுவன் ஞானப்பால் உண்ணவில்லை. இவன் உண்டது பகுத்தறிவுப் பால். அதனை ஊட்டியவர் நம் பெரியார்" என அந்தச் சிறுவனின் திறமையை வியந்து பேசினார் அண்ணா. அந்த நிமிடம் முதல் தன் வாழ்க்கையைப் பெரியாரின்

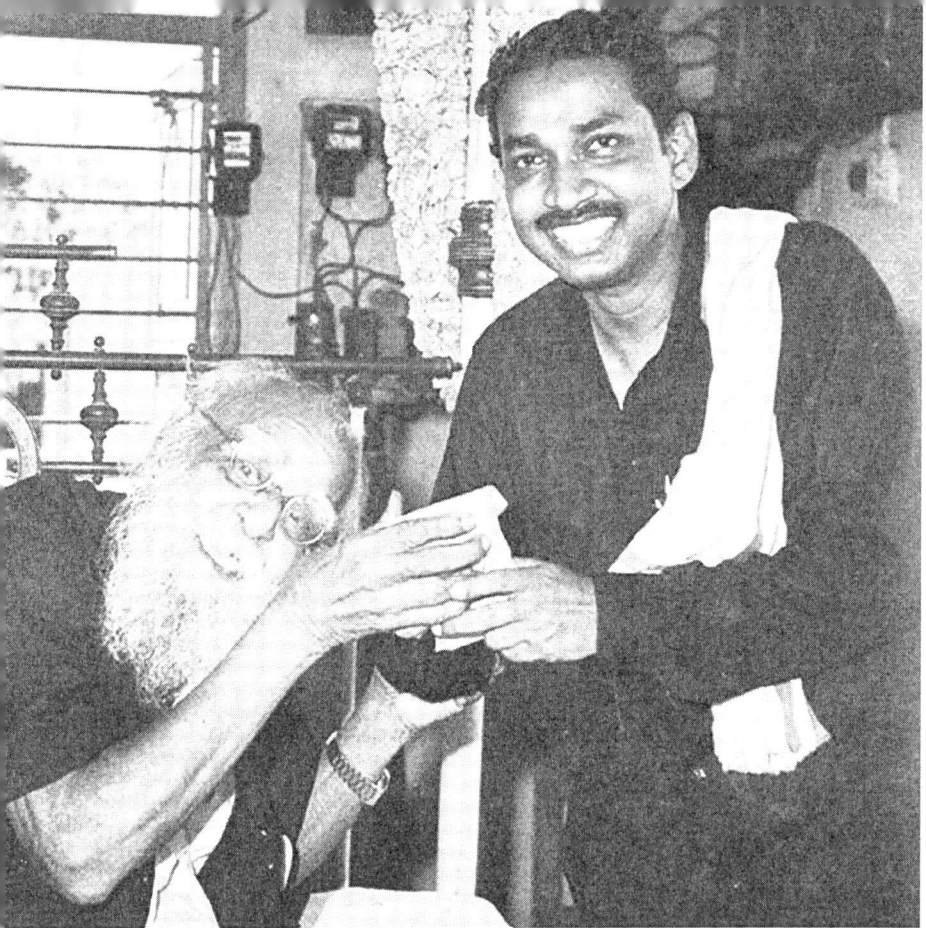

பெரியாருடன் கி.வீரமணி

கொள்கைகளுக்காகவே அர்ப்பணித்துக்கொண்ட அந்தச் சிறுவன் வேறு யாருமல்ல... பிற்பாடு கழகத்தின் முக்கியத் தொண்டராகவும் பேச்சாளராகவும் படிப்படியாக வளர்ச்சி அடைந்து ஒருகட்டத்தில் பெரியாரின் நம்பிக்கைக்குரிய நபர்களுள் ஒருவராக மாறி, அவரது மறைவுக்குப் பின்பு இன்றுவரை திராவிடர் கழகத்தின் தலைவராகப் பதவி வகித்து வரும் கி.வீரமணிதான்!

அக் காலகட்டங்களில் பெரியாரின் பகுத்தறிவுப் பாசறையில் எண்ணற்ற கலைஞர்கள் அணி வகுத்து நின்றனர். அக்காலத்திய சினிமாக்களில் புகழ்பெற்ற நட்சத்திரங்களான கலைவாணர் என்.எஸ்.கிருஷ்ணன், தியாகராஜ பாகவதர் போன்ற கலைஞர்கள் பெரியாரைத்

பெரியாருடன் எம்.ஆர்.ராதா

தங்கள் இதயங்களில் ஏந்தினர். நடிகவேள் எம்.ஆர்.ராதா பெரியாரின் சீரிய தொண்டராக, அவரது கருத்துக்களுக்காக தனது கலைப்பயணத்தை முழுமையாக அர்ப்பணித்துக் கொண்டதோடு மட்டுமல்லாமல், தொடர்ந்து பல நாடகங்களை மேடையேற்றி தனித்தன்மையுடன் வெற்றி வாகை சூடி வலம் வந்து கொண்டு இருந்தார். அப்போது அவரது குழுவில் இருந்த ஓர் இளைஞனுக்கு வசீகரமான முகத் தோற்றம். கூடவே, அபார நடிப்பாற்றல்! வசன உச்சரிப்புகளில் வாள் வீச்சு. ஈரோட்டுக்கு நாடக நிமித்தமாக எம்.ஆர்.ராதா தனது குழுவுடன் வந்தபோது, அங்கே பெரியாரின் வீட்டிலிருந்த அண்ணாவின் பார்வையை அந்த இளைஞனின் திறமைகள் சுண்டி இழுத்தன. பிற்பாடு 'சிவாஜி கண்ட இந்து ராஜ்யம்' எனும் தலைப்பில் அண்ணா ஒரு நாடகம் நடத்தத் திட்டமிட்ட போது, அதில் சிவாஜியாக நடிக்க அந்த இளைஞனுக்கு அழைப்பு விடுத்தார் அண்ணா. அதில் 'காகபட்டர்' எனும் வேடத்தை தான் ஏற்றார். கணேசன் எனும் அந்த இளைஞனின் நடிப்பு அனைவரையும் வியப்பில் ஆழ்த்தியது. சென்னையில் ஒருமுறை அந்த நாடகம் நடத்தப்பட்டபோது விழாவுக்குத் தலைமையேற்றிருந்த பெரியார், சிவாஜியாக நடித்த கணேசன் எனும் அந்த இளைஞனின் அற்புதமான நடிப்பில் மயங்கி, 'சிவாஜி' எனும் பெயரையே அவருக்கு நிரந்தரமாகச் சூட்டி, தமிழர்களின் அடுத்த தலை முறைக்கான மகத்தான கலைஞனையும் தேர்வு செய்தார்.

1945களில் தமிழகம் முழுவதுமே பெரியாரின் கட்டுப்பாட்டில் வந்துவிட்டது போல, எங்கு பார்த்தாலும் திராவிட எழுச்சி கொடிகட்டிப் பறந்தது. குறிப்பாக, சென்னை முதற்கொண்டு குமரி வரை ஓர் அலை போல இளைஞர்களிடமும் மாணவர்களிடமும் அது புத்துணர்ச்சியை உருவாக்கியிருந்தது. ஏற்கெனவே பெரியாரின் கொள்கைகளால் ஈர்க்கப்பட்ட தொண்டர்கள் போக, அண்ணா வின் வசீகரத் தமிழால் கழகத்தில் புதிய கூட்டம் களைகட்டத் துவங்கியது. இந்த இரண்டு தலை முறைகளுக்கு இடையிலான இடைவெளிகள் கழகத்தின் கட்டுக்கோப்புக்கு ஊறு விளை விப்பதை பெரியார் உணர்ந்தார். உண்மையில், பெரியாரின் மேல் அண்ணா வைத்திருந்த பற்றுக்கு இணையாக எதையும் ஒப்பிட முடியாது. கூப்பிட்ட மறு நொடியில் ஏன், எதற்கு என்ற கேள்விகள் ஏதுமில்லாமல், பெரியாரின் அழைப்பை ஏற்று, ஈரோட்டில் அவரது வீட்டின் பின்பகுதியில் ஒரு சிறு ஓட்டு வீட்டில் தன் மனைவியுடன் தங்கி, மாதா மாதம் பெரியார் தந்த 60 ரூபாய் சம்பளத்துக்காக அண்ணா தன் வாழ்க்கையையே அர்ப்பணித் திருந்தார். இத்தனைக்கும், ஒரு முறை ஈரோடு வந்த பெரும் செல்வந்தரான ஜி. டி. நாயுடு, அண்ணாவைத் தமது நிறுவனத்தில் உயர்ந்த சம்பளத்தில் பணிபுரிய வருமாறு அழைத்தபோது அதனை மறுத்ததோடு, 'பெரியார் எனும் மகத்தான தலைவருக்குப் பின்னால் நின்று அவரது தொண்டோடு இரண்டறக் கலப்பது என் வாழ்வில் கிடைத்தற்கரிய பேறு! அதனை ஒருக்காலும் இழக்க மாட்டேன்' என உறுதிபடக் கூறிவிட்டார். அந்த அளவுக்கு பெரியாரின் மேல் அன்பும் பிணைப்பும் கொண்டிருந்தார் அண்ணா. என்றாலும் சில விஷயங்களில் பெரியாருடன் கருத்து வேறுபாடுகளையும் கொண்டிருந்தார்.

குறிப்பாக, பெரியார் 'குடி அரசு' இதழில் கொண்டு வந்த எழுத்துச் சீர்திருத்தத்தை அண்ணா, தான் ஆசிரியராக பொறுப்பேற்றிருந்த 'திராவிட நாடு' நாளேட்டில் கடைப்பிடிக்கவில்லை. ஆனாலும், பெரியார் பெருந்தன்மையுடன் அண்ணாவின் கொள்கைச் சுதந்திரத்தை அனுமதித்தார். இக்காலத்தில் நடந்த இன்னொரு சம்பவம், தொண்டர்கள் மத்தியில் சில சலசலப்புகளை உருவாக்கியது. அது ஒரு திருமண நிகழ்வு.

கழகத்தின் துடிப்புமிக்க இளைஞரும், பெரியாரின் சகோதரர் ஈ. வெ. கிருஷ்ணசாமியின் மகனுமான ஈ. வெ. கி. சம்பத் மற்றும் சுலோச்சனாவின் திருமணம் 1946 செப்டம்பர் 15ம் தேதி திருப்பத்தூர் மீனாட்சி தியேட்டரில், பெரியார் தலைமையில் நடந்தது. வாழ்த்துரையின்போது பெரியார் பெண்களின் நகைப்பித்து குறித்தும், அதனால் ஏற்படும் அடிமைத்தனம் குறித்தும் பேசினார். இச்சம்பவம் குறித்து அண்ணா, திராவிட நாடு இதழில் நகைச்சுவையாக, 'பெரியார் நகைப்பித்து குறித்துப் பேசும் போது அவரது வலதுகை விரலில் இருந்த பச்சைக்கல் மோதிரத் தையே மணமகள் குறும்பாகப் பார்த்துக்கொண்டிருந்தார்' என எழுத, அது தொண்டர்கள் மத்தியில் சலசலப்பை உருவாக்கியது. வெளிப்படையாக இல்லாவிட்டாலும் இச்சம்பவம் உள்ளூர கழகம் இரு அணிகளாகப் பிரிய வழிவகைகளை உருவாக்கியிருந்தது. தொடர்ந்து கறுப்புச் சட்டை அணிவதிலும் அண்ணாவுக்குச் சில மாறுபாடான அபிப்ராயங்கள் தோன்றவே, பெரியார் வெளிப்படையாக பத்திரிகைகளுக்குப் பேட்டி அளித்து தனது நிலையை தீர்மானமாக வெளிப்படுத்தினார். 'கொள்கைக்கு கட்டுப்பட்டவர்கள் மட்டும் கட்சியில் இருந்தால் போதும்; அல்லாமல், கட்சிக் குள்ளேயே இருந்துகொண்டே குதர்க்கம் செய்வது வீண்வேலை' என அவர் கூறியது அண்ணாவுக் காகத்தான் என்பது வெளிப்படையாகத் தெரிந்தது.

இதனிடையே 1947 ஆகஸ்ட் 15 வந்தது. "நம் முதுகில் அமர்ந்து இன்னும் வட நாட்டான் சவாரி செய்துகொண்டிருப்பதால், சுதந்திரம் நமக்குச் சுமைதான். இதனை வெளிப்படுத்தும் வகையில் அனைவரும் கறுப்புச் சட்டை அணிய வேண்டும்" என்று பெரியார் கூற, அதை அண்ணா மறுத்து, "நமக்கு இப்போது பாதி சுதந்திரமாவது கிடைத்துள்ளது. அதனால் வெள்ளைச் சட்டை அணிவோம்" எனக் கூறியது இருவருக்கும் இடையிலான பிரிவை உறுதிப்படுத்தியது. இருந்தபோதிலும், அண்ணாவின் மேல் தான் இன்னமும் கொண்டு இருக்கும் மதிப்பை வெளிப்படுத்தும்விதமாக, அடுத்து வந்த ஈரோட்டு மாநாட்டின் ஊர்வலத்தில் அண்ணாவை மட்டும் நடு நாயகமாக சாரட் வண்டியில் நிற்கவைத்து, தள்ளாத வயதிலும் தொண்டர்கள் புடை சூழ படை வீரனாக தரையில் நடந்து வந்து ஆச்சர்யப்படுத்தினார் பெரியார்.

பெரியாருடன் காமராஜர்

ஆனாலும், இருவருக்கும் இடையிலான பிளவு நாளுக்கு நாள் அதிகரித்தது.

கழகத்தில் ஏற்பட்ட இந்த பிளவுகளுக்கெல்லாம் மிக முக்கியக் காரணம் தேர்தல் அரசியல் தான். 'நமக்கு முழு பலமும் இருக்கும்போது, ஏன் நாம் தேர்தலில் நின்று ஆட்சியைப் பிடிக்கக் கூடாது' என்ற எண்ணம் அண்ணாவை முழுவதுமாக ஆட்கொண்டு இருந்தது. பெரியாருடன் இருந்தால் இந்த எண்ணம் நிச்சயம் நிறைவேறாது. அவர் தேர்தல் அரசியலை வெறுப்பவர் என்ற காரணத்தால், அண்ணா தனக்கு இருக்கும் செல்வாக்கை வைத்துத் தனியாகப் பிரிந்து கட்சி துவக்கி, தமிழகத்தில் ஆட்சிப் பொறுப்பை ஏற்பது என திட்டமிட்டிருந்தார். உண்மையில் அவரது இந்த எண்ணம்தான் பெரியாரோடு அவர் கொண்ட முரண்பாடுகள் அனைத்துக்கும் காரணம். அவரது இந்த எண்ணத்துக்குத் தோதாக ஓர் அதிர்ச்சியூட்டும் சேதியும் வந்தது.

1949 ஜூன் 9ம் தேதி, சென்னை தியாகராயநகரில் செ. தெ. நாயகம் இல்லத்தில், பெரியார் தனது 72ம் வயதில்

பெரியாருடன் எம்.ஜி.ஆர்

தன் உதவியாளராக இருந்த 32 வயது மணியம்மையைப் பதிவுத் திருமணம் செய்துகொண்ட சேதி அது. உண்மையில் பெரியாரின் இத் திருமணம், தன் இறப்புக்குப் பின்னால், கட்சியையும் அதன் சொத்துக்களையும் தன் கருத்துக்களோடு முழுமையாக உடன்பட்ட ஒருவரிடத்தில் கைமாற்றிக் கொடுப்பதற்கான ஒப்பந்தமின்றி வேறில்லை. அதுவும்கூட கட்சியில் வெளிப்படையிலான பிளவுகள் ஏற்படக் காரணமாக அமைந்தது. இது நிமித்தமாகப் பெரியார் தன் அரசியல் வழிகாட்டியும், எதிரியும், ஆருயிர் நண்பருமான ராஜாஜியிடம் தனது இந்த முடிவு குறித்து ஆலோசனை கேட்ட போது, அவரும் இதனை ஏற்க மறுத்திருந்தார். ஆனால், மணியம்மையார் பெரியாரின் ஒரு மாற்று ஊன்றுகோலாக விளங்கி, அவரை முழுமையாகத் தாங்கிய காலம் அது. அதனால் தீர யோசித்த பின்பே பெரியார் அந்த முடிவுக்கு வந்தார். மக்களும் தொண்டர்களும் தன்னைப் புரிந்துகொள்ளாததால் தனக்குக் கிடைக்கப் போகும் அவப்பெயரைக் காட்டிலும், வருங்காலத்தில்

தனது கொள்கைகளும் கருத்துக்களும் தழைத்து நிற்பதும், பாதுகாப்பு ஏற்படுத்துவதும்தான் அவசியம் எனக் கருதி, எதிர்ப்புகளை அலட்சியம் செய்து, மணியம்மையைத் திருமணம் செய்துகொண்டார். விளைவு... கழகம் இரண்டாக உடைந்தது. அறிஞர் அண்ணா, ஈ. வெ. கி. சம்பத். க. அன்பழகன், இரா. நெடுஞ்செழியன், மு. கருணாநிதி, கே. ஏ. மதியழகன், என்.வி.நடராஜன் போன்ற கழகத்தின் முக்கிய பேச்சாளர்கள் தனியாக அணி திரண்டனர்.

1949 செப்டம்பர் 17... தமிழ்நாட்டின் அரசியலில் மற்றுமொரு முக்கியமான நாள்! கருத்து வேற்றுமையில் பிரிந்தாலும், கொள்கையில் என்றும் பெரியார் வழியைப் பின்பற்றுவோம் எனக் கூறி, அண்ணா தலைமையில் அன்று புதிய கட்சி உதயமானது. 'திராவிட முன்னேற்றக் கழகம்' எனும் பெயரும் அதற்குச் சூட்டப்பட்டது. கழகம் பிளவுபட்டது குறித்துப் பெரியார் கவலை கொள்ளவில்லை. அவரோடு இன்னமும் பெரும் படையென பல தொண்டர்களும் தலைவர்களும் அவர் பக்கம் நெஞ்சுறுதியோடு நின்றனர். என்றாலும், தான் தூக்கி வளர்த்த தனது அண்ணன் மகனான சம்பத்தே மாற்று அணியில் சேர்ந்ததை அவரால் தாங்கிக்கொள்ள முடியவில்லை. தன் வாழ்வில் எப்போதும் கண்டிராத வேதனையையும் நெருக்கடியையும் அந்த 72 வயதில் பெரியார் எதிர்கொண்டார்.

# 13

'நான் சாதாரணமானவன். என் மனதில் பட்டதை எடுத்துச் சொல்லியிருக்கிறேன். இதுதான் உறுதி. இதை நீங்கள் நம்பித்தான் ஆக வேண்டும் என்றுகூறவில்லை. ஏற்கக்கூடிய கருத்தை உங்கள் அறிவைக்கொண்டுஆய்ந்து ஏற்றுக்கொள்ளுங்கள். மற்றதைத் தள்ளிவிடுங்கள்!'

- பெரியார்

பதினெட்டு ஆண்டுகளுக்குப் பின், 'திராவிட முன்னேற்றக் கழகம்' 1967ல் ஆட்சியைப் பிடித்தது. தேர்தலில் வெற்றி பெற்றதும், புதிதாகப் பதவி ஏற்கப்போகும் தனது அமைச்சரவையின் முக்கிய சகாக்களுடன் திருச்சிக்குச் சென்று, தன் ஆசானைச் சந்தித்தார் அண்ணா.

அண்ணாவின் வருகை பெரியாருக்கு ஆச்சர்யத்தைத் தந்தது. காரணம், முந்தைய இரு தேர்தல்களிலும், பச்சைத் தமிழன் என்ற காரணத்தால், காங்கிரஸ்காரர் என்றும் பாராமல் காமராஜரை முதலமைச்சர் பதவியில் அமரவைக்க முடிவு செய்து, பெரியார் தி.மு.க—வை எதிர்த்துக் கடுமையான பிரசாரம் மேற்கொண்டிருந்தார். ராஜாஜியின் 'சுதந்திரா' கட்சியோடு தி.மு.க. கூட்டு வைத்திருந்ததும்கூட பெரியாரின் எதிர்ப்புக்கு முக்கிய காரணமாக இருந்தது.

பெரியாரின் தீவிர ஆதரவினால், 1962 தேர்தலில் வெற்றி பெற்று முதலமைச்சராகப் பதவி ஏற்ற காமராஜர், 1967 தேர்தலில் தி.மு.க.—விடம் படுதோல்வி அடைந்தார். இடைப்பட்ட காலத்தில் தமிழக

பெரியாருடன் அண்ணா, கருணாநிதி

அரசியல் சூழ்நிலை தலைகீழாக மாறியிருந்ததற்கு தி.மு.க—வின் இந்தி எதிர்ப்புப் போராட்டம் மற்றும் எம்.ஜி.ஆர். சுடப்பட்ட சம்பவம் போன்றவை மிக முக்கியக் காரணங்களாக இருந்தன. தேர்தல் முடிவு காமராஜரைப் போலவே பெரியாருக்கும் அதிர்ச்சியூட்டியது. காங்கிரஸின் தோல்வி தனது தோல்வியே என பெரியார் பகிரங்கமாக ஒப்புக்கொண்டார்.

இந்தத் தர்மசங்கடமான சூழலில், முதல்வராகப் பதவியேற்கும் முன் அண்ணா தன்னைத் தேடி வந்திருக்கும் சேதியைக் கேட்டதும் பெரியாரின் உள்ளம் நெகிழ்ச்சியால் நிலைகுலைந்தது. 'அண்ணா மணமகனைப் போல வந்தார். நான் மணமகளைப் போல வெட்கித் தலைகுனிந்தேன்' எனப் பெருந்தன்மையுடன், தம் சீடரை வாழ்த்தி வழியனுப்பி வைத்தார் பெரியார்.

ஆனால், அண்ணாவுக்குத் தெரியும்... அன்று அவருக்கும் அவரது கழகத்தாருக்கும் கிடைத்த வெற்றியின் மூல வித்தே, திராவிட எழுச்சிக்காகத் தன்னலம் பாராமல், கடந்த 40 ஆண்டு காலமாகப் பெரியார் சிந்திய வியர்வைத் துளிகள்தான் என்பது!

பெரியாருடன் ஜெயலலிதா

அதன் காரணமாகத்தான், திருச்சியில் நடைபெற்ற பெரியாரின் 89வது பிறந்த நாள் விழாவில் கலந்துகொண்ட அண்ணா, "இரு நூற்றாண்டுகளில் ஏற்பட வேண்டிய சமூகமாற்றத்தை இருபதே ஆண்டுகளில் மாற்றிக்காட்டியவர் நம் அய்யா!" எனப் புகழ்ந்துரைத்தார்.

ஒரு குருவுக்கும் சீடனுக்குமான உறவு, ஆழமான உணர்ச்சிகளால் நிரம்பியது. அந்த உணர்ச்சிக்கு விளக்கம் சொல்வது போல் வந்தது, 1969 பிப்ரவரி 2ம் தேதி. அண்ணாவின் திடீர் மறைவு! நள்ளிரவில் தகவல் கேள்விப்பட்டதும், தள்ளாத வயதிலும் கைகளால் சுவரை மாறி மாறி அறைந்தபடி பெரியார் அழுத காட்சி, அண்ணாவின் மேல் அவருக்கு இருந்த அன்புக்கான சாட்சி!

அதே போலத்தான் தன்னை ஆக்கியவரும், அரசியல் எதிரியும், ஆருயிர் நண்பருமான ராஜகோபாலாச்சாரியார் 72—ல் இறந்தபோது, அவரது சிதையின் முன் நின்று, உடல் குலுங்க தேம்பித்தேம்பி ஒரு குழந்தையைப் போல அழுது தீர்த்தார் பெரியார்.

மாற்றுக் கருத்துடையோரை அவர் மதிக்கும் பண்பு, பொது வாழ்வில் ஈடுபடுவோர் ஒவ்வொரு வரும் கற்க வேண்டிய பாடம். திரு.வி.க—வுக்காக விபூதி பூசிக்கொண்டபோதும், தன் வீட்டில் தங்க நேர்ந்த சுத்தானந்த பாரதிக்காக அவரது வழக்கப்படி மந்திரம் ஓதி பூஜை செய்ய அனுமதித்து, அதற்கான ஏற்பாடுகளைச் செய்துகொடுத்தபோதும், தனது நண்பரான ரசிகமணி டி.கே.சி—யின் 60ம் கல்யாணத்துக்காக முருகன் கோயிலுக்குள் வந்த போதும்... என, ஒரு தலைசிறந்த பண்பாளருக்கான வரலாற்று உதாரணங்களை நிகழ்த்திக் காட்டியவர் பெரியார்.

பெரியாரின் சிக்கனம் உலகப் பிரசித்தம். அடிப்படையில் அவர் திறமையான வியாபாரியாக இருந்ததால், பணத்தைச் சேர்ப்பதிலும் செலவழிப்பதிலும் தீவிர மானதொரு கவனம் அவரிடம் எப்போதும் இருந்தது. தன்னோடு புகைப்படம் எடுத்துக்கொள்ள, கையெழுத்து வாங்க விரும்புகிறவர்களுக்கு அதற்கென ஒரு தொகை நிர்ணயித்து, கட்சிக்கு நிதி சேர்ப்பார். குழந்தைகளுக்கும் பெண்களுக்கும் இந்த நிபந்தனை இல்லை.

பெரியார் ஒரு சிறந்த எழுத்தாளரும்கூட! தனது சுயசரிதையில் அவர் கையாண்ட நடை தமிழின் எல்லா சிறந்த எழுத்தாளர்களோடு எல்லாம் ஒப்பிடக்கூடிய சிறப்பு வாய்ந்தது.

பெரியாரின் பகுத்தறிவுப் பிரசாரம் என்பது, வெறுமனே சாதிய எதிர்ப்பை மட்டுமே அடிப்படையாகக் கொண்டதல்ல. அறிவியலின்பால் அவருக்கிருந்த ஈர்ப்பும் ஒரு காரணம். 1942லேயே 'இனி வரும் காலம்' எனும் தலைப்பில், இந்த உலகம் சந்திக்க இருக்கும் அறிவியல் மாற்றங்களை முன்கூட்டியே உலகுக்குத் தெரிவித்த தீர்க்கதரிசி அவர். அறிவியல் உலகம் பிற்பாடு கண்டுபிடித்த சோதனைக்குழாய் கருவுறுதல் முறையை அப்போதே படம் போட்டு விளக்கிக் காட்டினார் பெரியார். அவரது அறிவின் தீட்சண்யத்தை உணர்ந்த யுனெஸ்கோ நிறுவனம் 1970ல் 'புதிய உலகின் தொலைநோக்காளர், தென் கிழக்கு ஆசியாவின் சாக்ரடீஸ்' என புகழ்ந்து, விருது அளித்து கௌரவித்தது.

94 வருடங்கள், 3 மாதங்கள், 7 நாட்கள் என இந்தப் பூமியில் பெருவாழ்வு வாழ்ந்த பெரியார், தனது வாழ்நாளில் கிட்டத்தட்ட மொத்தம் 10,700 நிகழ்ச்சிகளில் கலந்துகொண்டார். மொத்தம் 8,20,000 மைல்கள் மக்கள் பணிக்காகப் பயணித்திருக்கிறார். கிட்டத்தட்ட 33 முறை உலகைச் சுற்றி வருவதற்கும், மூன்று முறை பூமியிலிருந்து நிலவுக்குச் சென்றுவருவதற்கும் ஒப்பான தொலைவு இது!

தமிழ்நாட்டில் அவர் கால் படாத மண்ணே இல்லை எனும் அளவுக்கு இடைவிடாத பிரசாரத்தைத் தள்ளாத வயதிலும் தொடர்ந்தார். ஒரு கட்டத்தில் சிறுநீரகக் கோளாறு காரணமாக வெளியில் எங்கு சென்றாலும் மூத்திரச்சட்டியைக் கையில் தாங்கியபடியே செல்ல வேண்டிய நிர்பந்தம் உண்டானபோதும், பொதுவாழ்வில் ஒருவன் சொந்த கௌரவங்களைப் பார்க்கக் கூடாது எனும் தனது கூற்றுக்கு ஏற்ப மேடைகளிலேயே மூத்திரச் சட்டியுடன் ஏறி அமர்வார்.

தமிழகத்தின் ஈடு இணையற்ற துருவ நட்சத்திரமாகப் பிரகாசித்து, வாழ்ந்த கடைசிக் கணம் வரை தொண்டு

பெரியாரின் இறுதி மரியாதையில்

கலைஞர் - காமராஜர் - ஈ.வி.கே.சம்பத் - எம்.ஜி.ஆர்

செய்தே பழுத்த பழமான பெரியார், தன் 95ம் வயதின் இறுதிக் கூட்டத்தில் கலந்துகொண்டார். சென்னை தியாகராய நகர் பேருந்து நிலையம் எதிரே நடந்த கூட்டத்தில் அவர் ஆற்றிய தீரமிக்க உரையினூடே இரண்டு முறை குடலிறக்க நோயினால் அவரது பேச்சு தடைப்பட்டது. அதையும் மீறி அம்மா, அம்மா என வலியால் முனகியபடியே, தன் இறுதி நிமிடத்தையும் மக்களுக்காக நல்லது சொல்லும் பணியில் வலிந்து தன்னை உட்படுத்திக்கொண்டார். உடல்நலம் கெட, மறுநாள் அவசரமாக வேலூர் சி.எம்.சி மருத்துவமனைக்குக் கொண்டு செல்லப்பட்டார்.

24.12.1973—ல் பெரியார் தன் உடலுக்கு முழுவதுமாக ஓய்வு கொடுத்தார். அவரது உடல் சென்னைக்குக் கொண்டுவரப்பட்டு, ராஜாஜி ஹாலில் வைக்கப்பட்டது. அன்றைய முதல்வரான மு. கருணாநிதி, முன்னாள் முதல்வர் காமராஜர், பின்னாள் முதல்வரான எம்.ஜி.ஆர். போன்றவர்கள் கலந்துகொண்டு இறுதி அஞ்சலி செலுத்தினர். அரசாங்கத்தின் சிறுசுவடுகூடக் கண்டிராத பெரியாருக்கு முழு அரசு மரியாதையுடன் கூடிய அடக்கத்துக்கு உத்தரவிட்டார் கருணாநிதி.

இன்றும்கூட இந்தியாவில், தமிழ்நாட்டில் மட்டும்தான் சாதிப் பெயரை பின்னால் போட்டுக்கொள்வது

*அவமானகரமான காரியமாக இருந்து வருகிறது. அந்தப் பெருமைக்கு முழு முதற் காரணம் பெரியார் மட்டுமே!*

*இன்றைய நவீன உலகில், சாலைகளில் நறுவிசான ஆடைகளுடனும், முகம் நிறைய களிப்புடனும் உற்சாகமாக நடந்து செல்லும் ஒவ்வொரு தமிழனின், தமிழச்சியின் களிப்பூறும் முகங்களுக்குப் பின்னால் அந்தச் சாமான்யரது வியர்வையின் ஈரம் படிந்துகிடப்பதை தமிழ் வானும் மண்ணும் அறியும். இதோ, இந்தக் கடைசி வரியை வசிக்கும் இந்தத் தருணத்திலும் ஏதோ ஒருவிதத்தில் பெரியார் உங்களைத் தொட்டுக்கொண்டு இருப்பதைச் சற்று யோசித்தால் உணர முடியும். ஏனென்றால், 'பெரியார்' சரித்திரத்தில் ஒரு தொடர் நிகழ்வு; தொடர் செயல். அதில் முற்றுப்புள்ளிகளுக்கே இடமில்லை!*

# நாதன்
பதிப்பகம்

நாதன் பதிப்பகம், 16/10 பாஸ்கர் தெரு,
நேரு நகர், தசரதபுரம், சாலிகிராமம்,
சென்னை 600 093
தொடர்புக்கு: 98840 60274
email: nathanbooks03@gmail.com

## நாதன் பதிப்பக வெளியீடுகள்

### மொழி & பண்பாடு

1. செம்மொழிசிற்பிகள் (தமிழ் அறிஞர்கள் வாழ்க்கை வரலாறு) அஜயன்பாலா .. ரூ.1200
2. தமிழிசை வரலாறு நா. மம்மது .. ரூ.120
3. என்றும் தமிழிசை - நா.மம்மது .. ரூ.120

### நாயகன் வரிசை (வாழ்க்கை வரலாறு)

4. சேகுவேரா - அஜயன்பாலா .. ரூ.100
5. பெரியார் - அஜயன்பாலா .. ரூ.100
6. அம்பேத்கர் - அஜயன்பாலா .. ரூ.100
7. நெல்சன் மண்டேலா - அஜயன்பாலா .. ரூ.100
8. சார்லி சாப்ளின் - அஜயன்பாலா .. ரூ.100
9. நேதாஜி சுபாஷ்சந்திர போஸ் - அஜயன்பாலா .. ரூ.100
10. கார்ல் மார்க்ஸ் - அஜயன்பாலா .. ரூ.100
11. மார்டின் லூதர் கிங் - அஜயன்பாலா .. ரூ.100
12. அன்னை தெரசா - அஜயன்பாலா .. ரூ.100
13. வான்கோ - அஜயன்பாலா .. ரூ.100

### சிறுகதைகள்

14. நுகம் - அ. எக்பர்ட் சச்சிதானந்தம் .. ரூ.200
15. ராஜாவேசம் சரசுராம் .. ரூ.120
16. அமரர் சுஜாதா தமிழ்மகன் .. ரூ.120
17. புதுமைப்பித்தன் கதைகள் புதுமைப்பித்தன் .. ரூ.130
18. சாயங்காலம் ராஜன் அரவிந்தன் .. ரூ.100
19. கூட்ஸ்வ ண்டியின்கடைசிப்பெட்டி - அஜயன்பாலா.. ரூ.150

### மொழிபெயர்ப்பு

20. மணிக்குடுவை - சில்வியாப்ளாத் (நாவல்) - தமிழில்: ஜி.விஜயபத்மா .. ரூ.300

21. நீலநாயின் கண்கள் (சிறுகதைகள்) - அசதா .. ரூ.120

22. ஹைதராபாத் கவிதை விழா (பயணக்கட்டுரை) - அஜயன்பாலா ... ரூ.50

23. நட்பின் இலக்கணம் நா. முத்துக்குமார் - அஜயன்பாலா .. ரூ.100

24. தியான யாத்திரை (பயணக் கட்டுரை) அஜயன்பாலா .. ரூ.70

25. தற்கால சிறந்த கவிதைகள் விக்கிரமாதித்யன் .. ரூ.70

26. ஆண்குறி மையப் புனைவை சிதைத்த பிரதிகள் - குட்டிரேவதி .. ரூ.130

27. சுமார் எழுத்தாளனும் சூப்பர் ஸ்டாரும் - அஜயன்பாலா .. ரூ.120

28. மனிதம் அதன் பெயர் ராம்பால் - தொகுப்பு: ஷீபா ராம்பால் .. ரூ. 100

சினிமா

29. தமிழ் சினிமா வரலாறு (1916 - 1947) அஜயன்பாலா .. ரூ.600

30. உலக சினிமா வரலாறு (பாகம் - 1) அஜயன்பாலா .. ரூ.160

31. உலக சினிமா வரலாறு (பாகம் - 2) அஜயன்பாலா .. ரூ.260

32. உலக சினிமா வரலாறு (பாகம் - 3) அஜயன்பாலா .. ரூ.300

33. எப்படி ஜெயித்தேன் - எம்.ஜி.ஆர் .. ரூ.70

34. காட்ஃபாதர் (திரைக்கதை மொழிபெயர்ப்பு) - ராஜ்மோகன் .. ரூ.200

35. உலகக் குறும்படங்கள் - ஜேம்ஸ்அ பிலாஷ்.. ரூ.100

36. சிறுவர் சினிமா - அஜயன்பாலா .. ரூ.50

37. ரிதுபர்னோகோஷ் - ராஜ்மோகன் .. ரூ.100

38. அழியாத கோலங்கள் - 2 (திரைக்கதை) - எம்.ஆர்.பாரதி .. ரூ.100

39. 12 ஆங்க்ரி மேன் (திரைக்கதை) - கருணாநிதி சண்முகம் .. (அச்சில்)

40. பை சைக்கிள் தீவ்ஸ் (திரைக்கதை) - அஜயன்பாலா .. ரூ.120

41. பேட்டில் ஆப் அல்ஜியர்ஸ் (திரைக்கதை) - அஜயன்பாலா .. ரூ.120

42. மார்லன் பிராண்டோ (சுய சரிதம்) - அஜயன்பாலா .. ரூ.250